കോഫി ഹൗസ്

stories
coffee house

•

s r lal

•

first edition
may 2015

•

second impression
january 2021

•

typesetting & published
chintha publishers, thiruvananthapuram

•

cover
ambeesh

•

illustration
sudheer p y

വിതരണം

ദേശാഭിമാനി ബുക്ക് ഹൗസ്

H O തിരുവനന്തപുരം–695 035
phone: 0471-2303026, 6063026
www.chinthapublishers.com
chinthapublishers@gmail.com

ബ്രാഞ്ചുകൾ

ഹെഡ്ഡാഫീസ് ബ്രാഞ്ച് കുന്നുകുഴി • സ്റ്റാച്യു തിരുവനന്തപുരം • കെ എസ് ആർ ടി സി ബസ് സ്റ്റേഷൻ ആലപ്പുഴ • കെ എസ് ആർ ടി സി ബസ് സ്റ്റേഷൻ എറണാകുളം • ചിറ്റൂർ റോഡ് എറണാകുളം • മച്ചിങ്ങൽ ലെയ്ൻ തൃശൂർ • ഐ ജി റോഡ് കോഴിക്കോട് • മാവൂർ റോഡ് കോഴിക്കോട് • എൻ ജി ഒ യൂണിയൻ ബിൽഡിങ് കണ്ണൂർ • സെൻട്രൽ ബസ് ടെർമിനൽ കോംപ്ലക്സ് താവക്കര കണ്ണൂർ

CO - 2191 / 3662
ISBN - 978-93-85045-01-1

കോഫി ഹൗസ്

(കഥകൾ)

എസ് ആർ ലാൽ

ചിന്ത പബ്ലിഷേഴ്സ്
തിരുവനന്തപുരം-695 035

എസ് ആർ ലാൽ

തിരുവനന്തപുരം ജില്ലയിലെ കോലിയക്കോട്ട് ജനിച്ചു. അച്ഛൻ: ആർ സോമശേഖരൻനായർ, അമ്മ: സി എ രേണു കാദേവി. അബുദാബി ശക്തി അവാർഡ്, ചെറുകഥ യ്ക്കുള്ള യുവസാഹിത്യ പുരസ്കാരം, ശഹാന സാഹിത്യ പുരസ്കാരം എന്നിവ ലഭിച്ചിട്ടുണ്ട്.

ഭൂമിയിൽ നടക്കുന്നു, ജീവിതസുഗന്ധി, എറണാകുളം സൗത്ത് (കഥകൾ), ജീവചരിത്രം, കളിവട്ടം (നോവൽ), കുഞ്ഞുണ്ണിയുടെ യാത്രാപുസ്തകം (നോവൽ/ബാല സാഹിത്യം), തകഴി (ജീവചരിത്രം), നര – മലയാളത്തിലെ വാർദ്ധക്യ കഥകൾ, 13 നവകഥകൾ (എഡിറ്റർ) എന്നീ പുസ്തകങ്ങൾ പ്രസിദ്ധീകരിച്ചിട്ടുണ്ട്. കേരള സ്റ്റേറ്റ് ലൈബ്രറി കൗൺസിലിന്റെ മുഖപത്രമായ ഗ്രന്ഥാലോകം മാസികയിൽ അസിസ്റ്റന്റ് എഡിറ്ററായി ജോലിചെയ്യുന്നു.

വിലാസം   : നീലാംബരി, കാവറ,
             വെഞ്ഞാറമൂട് പി ഒ
             തിരുവനന്തപുരം 695607
ഫോൺ   : 9446552417

ഉള്ളടക്കം

പ്രസാധകക്കുറിപ്പ് 7

ചെറിയ ഹൃദയം 8

പൂമരം 9

സ്കൂൾ വേഷം 11

ആപ്പീസ് 13

കടൽ 14

അസ്തിത്വദുഃഖം 15

റിയാലിറ്റി 16

ഭക്തി 16

ബ്ലോക്ക് 17

ലൈവ് 18

വാകമരം 18

കാമുകൻ 19

പനി 19

കോഫിഹൗസ് 20

നിസ്സംഗത 21

ദൂരം 22

ഫ്ളാഷ് 23

നാടകമേ ഉലകം 24

ഇറച്ചിക്കോഴി 25

ദുരവസ്ഥ 26

ആവാസം 27

സൗഹൃദം 29

കിണറ് 30

പ്രവൃത്തി - തൃപ്തി 31

കച്ചവടം 31

ഗൃഹാതുരം 32

കല്ലും മരവും 34

കത്ത് 35

കപടസ്നേഹിതാ 36

കഥച്ചെടി 37

മോക്ഷയാത്ര 38

മരണമൊഴി 41

മഴ, ഉറുമ്പ്, മണ്ണിര 44

ജീവിതസുഗന്ധി 46

മണ്ണ് പറഞ്ഞ കഥ 47

വീട് മൊഴി 50

മഴക്കാലം 53

മീനാക്ഷിടീച്ചറുടെ മകൻ 56

മൂന്ന് സ്ത്രീകൾ 60

കർമ്മയോഗം 65

പൈങ്കിളി 68

ജീവിതം
ഇങ്ങനെയൊക്കെയാണ് 71

റോസാപ്പൂവ് 73
മേനോൻ കഥകൾ 74
മഹാനുഭാവൻ 75
'അടി'പൊളി 76
കാളകൂടം 77
നേരും നെറിയും 78
ഛായാചിത്രം 79
ഹൃദയം 80
സൗമ്യൻ 80
ആത്മകഥ 81
ഡാർവിൻ തിയറി 82
ആത്മാഭിമാനം 83
ആദർശം 84

അച്ചടക്കം 85
സാമൂഹ്യസേവനം 85
കാണാതായവർ 86
ഇലക്ഷൻ 86
ഇലക്ഷൻ 2 87

അനുബന്ധങ്ങൾ

ഉയരം കൂടുന്തോറും
ശ്രീജിത് പെരുന്തച്ചൻ 88
വർത്തമാനകാലത്തിന്റെ
നോട്ടമാണ് കഥകൾ
എസ് ആർ ലാൽ/
വി ജി നകുൽ 91

പ്രസാധകക്കുറിപ്പ്

പൊള്ളുന്ന തീക്കനലുപോലെയാണ് എസ് ആര്‍ ലാലിന്റെ ഈ കഥകള്‍ നെഞ്ചില്‍ വീഴുന്നത്. ജീവിത യാഥാര്‍ത്ഥ്യംകൊണ്ട് അത്രമേല്‍ ജ്വലിക്കുന്നതാണ് ഈ കുഞ്ഞുകഥകള്‍. കഥകള്‍ നീണ്ടതാകണോ കുറിയതാ കണോ എന്ന ചോദ്യത്തിന് ഒറ്റ ഉത്തരമില്ല. എന്നാല്‍ ഈ കഥാസമാഹാരം വായിച്ചുതീര്‍ത്ത് വിങ്ങലോടെ ഇരിക്കു മ്പോള്‍ ഉത്തരത്തിന് വേറൊരു കൃതി വായിക്കേണ്ടി വരി ല്ല. കൈത്തഴക്കം വന്ന ആ കഥാകാരന്റെ പൊള്ളുന്ന കഥ കള്‍ വായനക്കാര്‍ക്കു മുന്നില്‍ അവതരിപ്പിക്കാന്‍ കഴിഞ്ഞ തില്‍ ഞങ്ങള്‍ക്ക് സന്തോഷമുണ്ട്

ചിന്ത പബ്ലിഷേഴ്സ്

ചെറിയ ഹൃദയം

ചെറിയ കഥകളോട് ഏറെ സ്നേഹമുള്ള ഒരാളാണ് ഞാൻ. എല്ലാ കഥകൾക്കും ചെറിയകഥ ആകാൻ കഴിയില്ല. ചിലത് ചെറുതായി എഴുതിയാലേ ഭംഗിയാകൂ എന്നു തോന്നും. വലിയകഥയുടെ ശരീരം പേറാനുള്ള ശക്തി അതിന്റെ കുഞ്ഞ് ഹൃദയത്തിന് ഉണ്ടാകില്ല. സാമൂ ഹിക വിമർശം എന്ന നിലയിലാണ് ഞാൻ പ്രധാനമായും കുഞ്ഞുകഥ കളെ കാണുന്നത്. ജീവിതത്തിലെ കറുപ്പും വെളുപ്പുംനിറഞ്ഞ മുഹൂർ ത്തങ്ങളും കടന്നുവന്നിട്ടുണ്ട്. ചില കഥകൾ അല്പം ദീർഘമായവയാണ്.

പലകാലത്തായി എഴുതിയവയാണ് ഇവയെല്ലാം. ചെറിയ കഥക ളുടേതായി *ജീവിതസുഗന്ധി* എന്ന കഥാസമാഹാരം മുൻപ് പ്രസിദ്ധീ കരിച്ചിരുന്നു. അതിലെ ചില കഥകളും *കോഫി ഹൗസിൽ* ഉൾക്കൊ ള്ളിച്ചിട്ടുണ്ട്.

ചിത്രങ്ങൾ വരച്ച സ്നേഹിതൻ സുധീർ പി വൈക്കും പുസ്തകം പുറത്തിറക്കാൻ ഉത്സാഹിപ്പിച്ച ചിന്ത പബ്ലിഷേഴ്സിലെ സുഹൃത്തു ക്കളായ ഗോപിനാരായണനും രാജേഷ് ചിറപ്പാടിനും നന്ദി.

ഈ കഥകളെ സ്നേഹത്തോടെ കാണണമെന്ന് അഭ്യർത്ഥിക്കുന്നു.

എസ് ആർ ലാൽ

പൂമരം

ഞാൻ ജനിച്ചത് അമ്മയ്ക്ക് കൃത്യമായി ഓർമ്മയുണ്ടാകാൻ വഴിയില്ല. ഡോക്ടറോ സിസ്റ്ററോ ധരിപ്പിച്ചതനുസരിച്ച് രാത്രി 7.30. 1974 മെയ് 29 ലെ കനംതൂങ്ങാത്ത രാത്രി. അമ്മയ്ക്കടുത്ത് ഒരു നനുത്ത പുതപ്പിനകത്ത് ഞാനുമെത്തി.

ഞാൻ കിടക്കുന്ന കട്ടിലിന് സമീപം മറ്റൊരമ്മ. വന്ന അന്നുമുതൽ അസ്വസ്ഥയായിരുന്നു അവരെന്ന് എന്റെ അമ്മ കണ്ടെത്തി. സഹായ ത്തിന് മറ്റാരുമില്ല. അവരുടെ കുട്ടിയും ഞാനും ജനിച്ചത് ഒരേ സമയ ത്തായിരുന്നു. തല നിറയെ മുടിയുള്ള വെളുത്ത തുടുത്ത സുന്ദരൻ ആൺ കുട്ടി. എന്റെ തല കോഴിമുട്ടപോലെ ശൂന്യമായിരുന്നു. അവന് മുലകൊ ടുക്കാനോ ഒപ്പംചേർത്ത് കിടത്താനോ അവന്റെ അമ്മ ശ്രദ്ധിച്ചില്ല.

പകൽ പരക്കുംമുമ്പ് അവന്റെ അമ്മ എന്റെ അമ്മയോട് ഒരു രഹസ്യം പറഞ്ഞു: "കുട്ടിയെ വേണോ? അമ്പത് രൂപ തന്നാൽ മതി."

അമ്മയ്ക്ക് കൂട്ടുനിന്നതിൽ ഒരാൾ വലിയ മാമി ആയിരുന്നു. അമ്മയുടെ മൂത്ത സഹോദരന്റെ ഭാര്യ. വലിയ മാമിക്ക് മൂന്ന് പെൺ മക്കളായിരുന്നു. മാമി ആ ആൺകുട്ടിയെ സ്വന്തമാക്കാൻ അതിയായി ആഗ്രഹിച്ചു. വാശിപിടിച്ചു. മാമൻ കട്ടായം പറഞ്ഞു: "ആരാന്റെ കുട്ടിയെ വളർത്താൻ ഞാനില്ല."

ചാരത്തെ അമ്മ മറ്റ് വഴിക്ക് അന്വേഷണം ആരംഭിച്ചു. ഉദ്യോഗസ്ഥ രായ, കുട്ടികളില്ലാത്ത ദമ്പതികൾ അവനെ ഉത്സാഹത്തോടെ കൈപ്പറ്റി.

കാലമെത്ര കഴിഞ്ഞുപോയി. അമ്മയും വലിയ മാമിയും ഒത്തുകൂടാ റുള്ള സന്ദർഭങ്ങളിൽ പലപ്പോഴും ആ തുടുത്ത സുമുഖനായ കുട്ടി രംഗപ്ര വേശം ചെയ്തു. അപ്പോഴെല്ലാം മാമിയുടെ ശബ്ദം ഇടറിപ്പോവുകയും കണ്ണുകൾ ജലംകൊണ്ട് തിളങ്ങുകയും ചെയ്തു.

കട്ടിലിനിപ്പുറം കിടന്ന് കൈകകാലിട്ടടിച്ച് എന്നോടൊപ്പം കരഞ്ഞ ആ ആദ്യത്തെ ചങ്ങാതി ഇപ്പോഴെവിടെ ഉണ്ടാകും? ഏത് ദേശത്താകും? ഏത് ഭാഷ സംസാരിക്കും?

അവൻ ഇത് വായിക്കുമെന്നോ എന്നെത്തേടി വരുമെന്നോ പ്രതീ ക്ഷയില്ല. എതിരേ വന്നിരുന്നാൽക്കൂടി തിരിച്ചറിയാനുമാകില്ല. കാലം എന്തെല്ലാം അത്ഭുതങ്ങൾ കരുതിവച്ചിട്ടുണ്ടെന്ന് പറയാനാവില്ലല്ലോ. അതിനാൽ ഞാൻ എന്നെങ്കിലും അവനെ കണ്ടുമുട്ടാതിരിക്കില്ല. അങ്ങ നെയെങ്കിൽ അതൊരു പൂമരച്ചോട്ടിൽവച്ച് ആയിക്കോട്ടെ.

സ്കൂൾ വേഷം

രാവിലെ വിളിച്ചുണർത്താൻ പണിപ്പെട്ടു. സ്വപ്നത്തിൽ തുമ്പിക്കുപിന്നാലെ പായുകയായിരുന്നു. കുറച്ചുകൂടി കിടക്കട്ടേയെന്ന് തിരിഞ്ഞുകിടന്ന് പിറുപിറുത്തു. മുഖത്ത് വെള്ളംവീണപ്പോൾ ഉറക്കച്ചടവോടെ കിടക്കയിൽ എണീറ്റിരുന്നു. "ഇങ്ങനെയിരിക്കാതെ റെഡിയാകൂ. രാവിലേ പോകേണ്ടതല്ലേ?"

കുളിക്കാനും പല്ലുതേക്കാനും ആഹാരംകഴിക്കാനും പുറകേനടന്ന് ഉത്സാഹിപ്പിച്ചു. ക്ഷമകെട്ട് വായിൽ തോന്നിയതൊക്കെ വിളിച്ചുപറഞ്ഞു. ഡ്രസ് ചെയ്യിച്ചു. മുടികോതി വെച്ചു. പൗഡർതേച്ചു. പുതിയ ചെരുപ്പ് ഇടീച്ചു. പുതുവസ്ത്രത്തിന്റെ മണം അവിടമാകെ പരന്നു.

ബാഗും വെള്ളവും കുടയുമെടുത്ത് കാറിൽ പിടിച്ച് കയറ്റിയപ്പോൾ മുഖം കാറുംകോളുംകൊണ്ട് നിറഞ്ഞു.

സ്കൂൾ തുറക്കുമ്പോൾ കാണാറുള്ള മഴ ആകാശത്ത് തൂങ്ങിപ്പിടിച്ച് കിടന്നു. കുടക്കമ്പിവെച്ച് ഒരു കുത്തുകൊടുത്താൽ ശിർ....ന്ന് താഴേക്ക് പൊട്ടിവരും.

നിരത്തിലാകെ തിരക്കായിരുന്നു. എ സി ഓണാക്കി. പുതിയ പാട്ടുകേൾപ്പിച്ചു. ഇടയ്ക്ക് പിന്നിലേക്ക് തിരിഞ്ഞുനോക്കി. മുഖത്തെ കാറുംകോളും മാറിയിട്ടില്ല. ഇടയ്ക്ക് സന്തോഷിപ്പിക്കുന്ന കാര്യങ്ങൾ പറഞ്ഞു. അതിന്റെ ഫലപ്രാപ്തിക്കായി കാറ് നിർത്തി. കോഫിയും മധുരമുള്ള കേക്കും വാങ്ങിക്കൊടുത്തു. ഐസ്ക്രീമിനുവേണ്ടി കണ്ണുനീളുന്നതുകണ്ട്, അതൊരെണ്ണം കൂടി വച്ചുനീട്ടി.

ഗേറ്റ് കടക്കുമ്പോൾ വലിയൊരു കെട്ടിടം തെളിഞ്ഞുവന്നു. കെട്ടിടത്തിനുമുകളിൽ കുഞ്ഞൊരു മഴവില്ല് വരഞ്ഞുകിടന്നു. മുന്തിയ ഇനം കാറുകളുടെ പ്രദർശനശാലപോലെ തോന്നിച്ചു അവിടം.

കൈപിടിച്ച് നടത്തിക്കുമ്പോൾ പിന്നിലേക്ക് ബലം കനത്തു. കൈ മുറുകെ പിടിച്ചുവലിച്ചു. ചെറിയൊരു ശക്തിപരീക്ഷണത്തിനൊടുവിൽ പരാജിതനായി ഒപ്പം നടന്നു. പരാജിതനെ ചെവിയിൽ ചിലത് ഓർമ്മിപ്പിച്ചു: "പഴയ സ്ഥാപനംപോലല്ല, സൗകര്യങ്ങൾ കൂടുതലുണ്ട്. ശാഠ്യം പാടില്ല. ബഹളം കാട്ടരുത്. പറഞ്ഞാൽ അനുസരിക്കണം."

വൈകാതെ മുറ്റത്തെ വാഹനങ്ങളുടെ പ്രദർശനശാല ശൂന്യമായി ത്തുടങ്ങി. കരച്ചിലും ചിണുങ്ങലും നെടുവീർപ്പുംകൊണ്ട് കെട്ടിടമാകെ നിറഞ്ഞു.

താൻ വന്ന കാറും ഇതാ അനങ്ങിത്തുടങ്ങുന്നു. ഓടി അടുത്തു ചെന്നു. കണ്ണുവെട്ടിച്ചോടിയ പ്രവേശിതന് പിന്നാലെ പരിചാരിക പാഞ്ഞ ടുത്തു. കാറിൽനിന്നും മകൻ തല പുറത്തേക്കിട്ടു. "അടുത്ത ലീവിന് വരുമ്പോൾ കാണാം. അച്ഛൻ ആരോഗ്യം ശ്രദ്ധിക്കണം. മരുന്ന് കൃത്യമായി കഴിക്കണം."

തിരിഞ്ഞ് പരിചാരികയോട് എന്താവശ്യമുണ്ടെങ്കിലും വിളിക്കണ മെന്നും ദൂരത്താണെന്നത് കണക്കാക്കരുതെന്നും പ്രത്യേകം ഓർമ്മിപ്പിച്ചു.

ഇങ്ങനെയൊരു രാവിലെയാണ് മകനെ സ്കൂളിൽ ചേർക്കാനായി കൊണ്ടുപോയത്. ക്ലാസിൽ കയറാൻ കൂട്ടാക്കാതെ അവൻ നിലവിളിച്ചു. "നിങ്ങളിങ്ങനെ ഇവിടെ ചുറ്റിപ്പറ്റി നില്ക്കുന്നതെന്തിനാ. നിങ്ങളെ കണ്ടിട്ടല്ലേ കുട്ടി കരയുന്നത്. പോകൂ..." ഹെഡ്മാസ്റ്റർ അയാളെ ശാസിച്ചു.

മനസ്സുവരാതെ സ്കൂളിന്റെ പരിസരത്തുതന്നെ നിലയുറപ്പിച്ചു. ഓഫീസിൽ രണ്ട് ദിവസത്തേക്ക് ലീവ് പറഞ്ഞു.

ഒളിച്ചുംപാത്തും മതിലിന് പുറത്ത് മകൻ നില്പുണ്ടാകുമെന്ന് അച്ഛൻ വിചാരിച്ചു.

ആപ്പീസ്

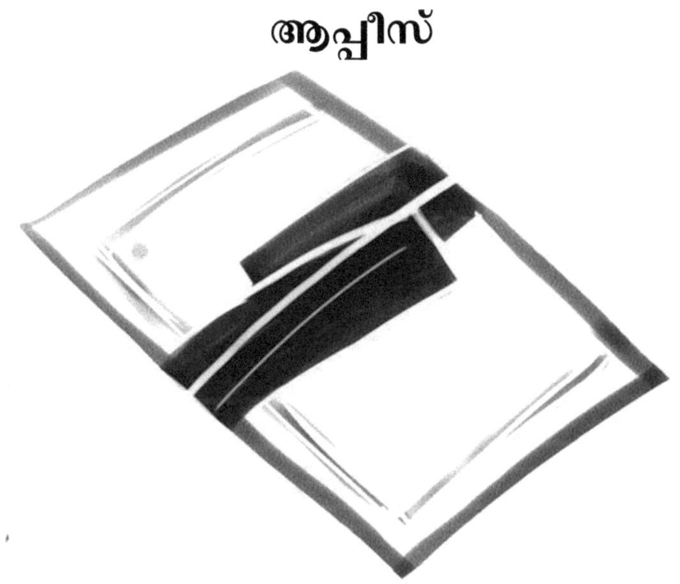

ചുവന്ന കണ്ണുകളോടെയും ഉയർന്ന ഒച്ചയോടെയും ഒരുമാസമായി പേടിപ്പിച്ചുകൊണ്ടിരുന്ന ഓഫീസറുടെ സമീപത്തേക്ക് അയാൾ അന്നും കയറിച്ചെന്നു. സിംഹത്തിന്റെ മടയിലേക്ക് കയറിച്ചെന്ന മുയൽക്കുഞ്ഞി നെപ്പോലെ.

ഓഫീസർ മുഖമുയർത്തി അയാളെ നോക്കി ഹൃദ്യമായി ചിരിച്ചു. കസേരയിൽ ഇരിക്കാൻ സൗമ്യമായി പറഞ്ഞു. ഇദ്ദേഹത്തിന്റെ കാര്യം എന്തായെന്ന് അറിയാൻ ക്ലാർക്കിനെ വിളിപ്പിച്ചു. ക്ലാർക്ക് ഓഫീസറോട് എന്തോ പറഞ്ഞത് അയാൾക്കുപോലും കേൾക്കാൻ ആകാത്തത്ര മൃദുവായിട്ടായിരുന്നു. ഓഫീസർ വിനയപൂർവ്വം പറഞ്ഞു:

"എല്ലാം ശരിയായിട്ടുണ്ട് സർ. താങ്കൾ ചെന്ന് ആ പേപ്പർവാങ്ങി പൊയ്ക്കൊള്ളൂ."

ഇതുകൂടി കേട്ടതോടെ പേടിച്ച് നിലവിളിച്ചുംകൊണ്ട് മുയൽക്കുഞ്ഞ് പുറത്തേക്കോടി.

കടൽ

കടൽത്തീരത്താണ് അവൾ ജനിച്ച വീട്.

എന്നിട്ടും കടലിനെ പേടി. കടലിന്റെ ശബ്ദം കേട്ടാണ് ഉണരുന്നതും ഉറങ്ങുന്നതും.

എന്നിട്ടും കടലിന് കലിവരുമ്പോൾ കാതുപൊത്തും. ഇതറിഞ്ഞ് പേടിമാറ്റാനായി കടൽ എത്രയോവട്ടം അവളെ അന്വേഷിച്ച് വീടോളം ചെന്നു. അവൾ കട്ടിലിന്മേൽ കയറിനിന്ന് നിലവിളിച്ചു. കുസൃതിച്ചി രിയോടെ കടൽ തിരിച്ചുപോന്നു. പിന്നീടൊരിക്കൽ കടലിലേക്കവൾ ഇറങ്ങിച്ചെന്നു. നനുത്ത തിരകൾവന്ന് അവളെ സ്വീകരിച്ചു. അറച്ചു നില്ക്കാതെ അവൾ തന്റെ ഹൃദയത്തിലേക്ക് ഇറങ്ങിവരുന്നത് കണ്ട് കടൽ അമ്പരന്നു. അവളുടെ മുഖത്ത് കടലോളം സങ്കടം ഉണ്ടായിരുന്നു. കടലതിനെ ഒപ്പിയെടുത്തു. അങ്ങനെയാണത്രേ കടലിന് ഉപ്പുരസം വന്നത്.

അസ്തിത്വദുഃഖം

ഒരാഴ്ച പനിപിടിച്ചു കിടന്നു. പനിമാറി ഓഫീസിൽ പോകാ നൊരുങ്ങുമ്പോൾ ചില ചിന്തകൾ വട്ടംപിടിച്ചു. ഒരാഴ്ച കട്ടിലിൽനിന്നും എഴുന്നേറ്റിട്ടില്ല. ഭാര്യ പതിവുപോലെ ഓഫീസിൽ പോയി. മക്കൾ സമയംതെറ്റാതെ പഠിക്കാൻ പോയി. ജോലിചെയ്യുന്ന പത്രം എല്ലാദിവസവും മുറ്റത്തു വീണു. പാൽക്കാരനും മീൻകാരനും ബെല്ലു മുഴക്കിപ്പോയി. തന്റെ അഭാവംകൊണ്ട് ലോകത്തിന്റെ ഗതിക്ക് വല്ല മാറ്റവും സംഭവിച്ചോ?

അയാളുടെ ആത്മഹത്യാകുറിപ്പിൽ ഉണ്ടായിരുന്നത് ഇത്രതന്നെ.

റിയാലിറ്റി

എൽ കെ ജി, യു കെ ജി കുട്ടികളുടെ പാട്ടുമത്സരം. കുട്ടികളൊന്നും സോങ് കോമ്പറ്റീഷന് പേര് രജിസ്റ്റർ ചെയ്യാത്തതു കണ്ട് ടീച്ചർക്ക് സങ്കടമായി. എന്താ ഈ ചിൽഡ്രൻ ഇങ്ങനെ? നിർബ്ബന്ധിച്ചപ്പോൾ കുട്ടികൾ മനസ്സുതുറന്നു:

"സ്റ്റീൽപ്ലേറ്റിനും കുപ്പിഗ്ലാസിനും മത്സരിക്കാൻ ഞങ്ങളെക്കിട്ടില്ല ടീച്ചറേ. വല്ല കാറും ഫ്ളാറ്റുമാണേ നോക്കാം."

ഭക്തി

ഉദ്യാഗത്തിൽനിന്നും ആപ്പീസറായി പെൻഷൻപറ്റി. ഇനിയെന്ത് ജന സേവനം ചെയ്യുമെന്ന കഠിനമായ ആലോചനയായി. ഒടുവിൽ കുടുംബ വക ക്ഷേത്രം പുനരുദ്ധരിക്കാമെന്ന് കരുതി.

ഉദ്യോഗത്തിൽനിന്നും പത്തുകൊല്ലം മുമ്പേ വിരമിച്ച്, ഇതങ്ങ് ചെയ്താൽ മതിയായിരുന്നെന്ന് ഇപ്പോ തോന്നുന്നു.

ബ്ലോാക്ക്

വിശദമായ പരിശോധനയ്ക്കുശേഷം ഡോക്ടർ ചോദിച്ചു:

"അപ്പൊ അപ്പാപ്പന് അഞ്ച് മക്കളുണ്ട്?"

താൻ പറയാതെ ഇതെങ്ങനെ ഡോക്ടർ മനസ്സിലാക്കി എന്ന് അതിശയിച്ചു അപ്പാപ്പൻ.

അതിന് വിരാമമിട്ട് ഡോക്ടർ പറഞ്ഞു:

"അപ്പാപ്പന്റെ ഹൃദയത്തിൽ അഞ്ച് കനപ്പെട്ട ബ്ലോക്കുകൾ കാണുന്നുണ്ട്."

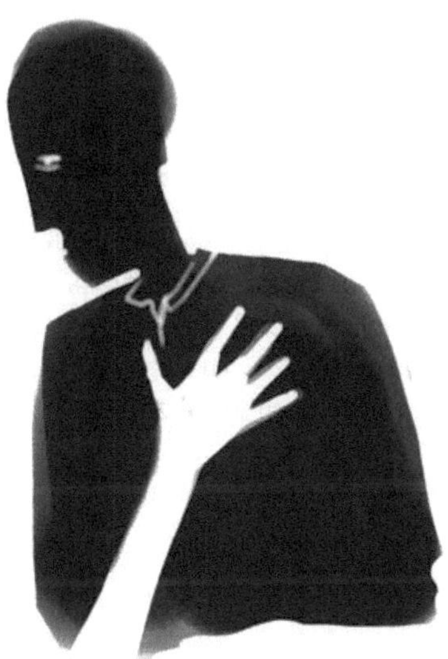

ലൈവ്

കുളിച്ചു. മുടിചീകി. പൗഡറിട്ടു. നരച്ചുനിന്ന മീശയും മുടിയും കറുപ്പിച്ചു. പുത്തനുടുപ്പും ജീൻസുമിട്ടു. സ്പ്രേയടിച്ചു. കൂളിങ് ഗ്ലാസ് വച്ചു.

ചാനലുകാരും പൊലീസുകാരും ഇപ്പൊ ഇങ്ങെത്തും. കേസ് പ്രായമാകാത്ത പെൺകുട്ടിയെ പീഡിപ്പിച്ചതാണ്.

ലൈവായി ആൾക്കാരെന്നെ ലോകം മുഴുവൻ കാണേണ്ടതാണ്.

വാകമരം

നിന്റെ വരവുംകാത്തു നിന്നുനിന്നാണ് വേരിറങ്ങിപ്പോയത് — കൊമ്പുകൾ വീശിയത്, ഇലകൾ പൊട്ടിയത്, നിറയെ പൂക്കൾ വിരി ഞ്ഞത്. ജരാനരകൾ ബാധിച്ചെങ്കിലും പൂക്കളിലെ ചുമപ്പ് മങ്ങില്ല, മായില്ല.

യാത്രകളിൽ, വഴിയോരങ്ങളിൽ, ചുവന്ന വാകമരങ്ങളെ കാണു മ്പോൾ അതൊരു വാകമരമല്ലെന്ന് നീയോർക്കണേ.

കാമുകൻ

പഴയൊരു കാമുകനെ കണ്ടു. രണ്ടു കാമുകിമാരുണ്ടായിരുന്നു അയാൾക്ക്.

ഒരു കാമുകി കറുത്തിട്ട്, മറ്റേയാൾ വെളുത്തിട്ട്.

ഒരാൾ മെലിഞ്ഞിട്ട്, മറ്റേയാൾ തടിച്ചിട്ട്.

രാവിലെ ഒരാളെ കാണും, വൈകിട്ട് മറ്റേയാളെ.

അയാളിപ്പോഴും അങ്ങനെയൊക്കെത്തന്നെ.

രാഷ്ട്രീയ നേതാവാണ്.

രാവിലെ ഒന്നുപറയും വൈകിട്ട് മാറ്റിപ്പറയും.

പനി

പനിച്ചുവിറച്ചുകൊണ്ടാണ് അവൻ കോളേജിൽനിന്നും വന്നത്. വന്നപാടെ ഒന്നും മിണ്ടാതെ കട്ടിലിൽ കയറി മൂടിപ്പുതച്ച് കിടപ്പായി. അമ്മ ചുക്ക് കാപ്പിയും കഞ്ഞിയും കൊടുത്തു. ഒന്നും തൊണ്ടയ്ക്ക് താഴേക്ക് ഇറങ്ങുന്നില്ല. രാത്രിയും പകലും പനിതന്നെ പനി. ശരീരം വെട്ടിവിയർത്തു. സ്ഥലബോധമില്ലാതെ സംസാരിച്ചു. ഉറക്കത്തിലെണീറ്റ് നടന്നു.

ഡോക്ടർ പാരസെറ്റാമോളും ആന്റിബയോട്ടിക്കും വിശ്രമവും വിധിച്ചു.

പനിമാത്രം കുറഞ്ഞില്ല.

പിന്നീടല്ലേ അറിയുന്നത്!

ചെക്കന് പിടിച്ചത് ചില്ലറപ്പനിയാണോ? പ്രേമപ്പനിയല്ലേ, പ്രേമപ്പനി!

കോഫിഹൗസ്

പഴയ പ്രണയിനിയെ കോഫിഹൗസിൽ കണ്ടു.
എതിരേയിരുന്നു.
"ചായ വേണ്ട കൊളസ്ട്രോളുണ്ട്." അയാൾ പറഞ്ഞു.
"മധുരം വേണ്ട ഷുഗറുണ്ട്." അവൾ പറഞ്ഞു.
കട്ടനും മധുരമില്ലാ കാപ്പിയും കുടിച്ച് ഷുഗറും കൊളസ്ട്രോളും
രണ്ടുവഴിക്ക് പിരിഞ്ഞു.

നിസ്സംഗത

അവൾ അവനെ തിരക്കി ഞങ്ങളുടെ കോളേജിൽ വന്നു. ആൺകുട്ടികൾ മാത്രം പഠിക്കുന്ന കോളേജായിരുന്നു ഞങ്ങളുടേത്.

കാമുകി കാമുകനെ കാണാനെത്തുക!

കാമ്പസിലെ മരങ്ങളെല്ലാം തളിരിട്ടുപോയി!

വെയിൽ മഞ്ഞളിച്ചുപോയി!

ആകാശത്തൊരു മഴവില്ല് വളഞ്ഞുപോയി!

ഞങ്ങൾ അവനെ അസൂയയോടെ നോക്കി.

ഇരുപത് വർഷത്തിനു ശേഷമാണ് അവരെ വീണ്ടും കണ്ടത്.

ജീവിതം അവരെ ഏറെ പരീക്ഷിച്ചുകഴിഞ്ഞു എന്ന് അവരുടെ ശരീരവും വാക്കുകളും എന്നോട് പറഞ്ഞുകൊണ്ടിരുന്നു. അവരെ സന്തോഷിപ്പിക്കാനായി പഴയ ആ കോളേജ് സംഭവം മനഃപൂർവ്വം ഓർമ്മിപ്പിച്ചു.

മറ്റാരുടെയോ കാര്യമെന്നമട്ടിൽ അവർ പരസ്പരം നോക്കുകയും നിസ്സംഗമായി നടന്നുനീങ്ങുകയും ചെയ്തു.

പച്ചപ്പ് നിറഞ്ഞ കുളം കൺമുന്നിൽ വറ്റിപ്പോയതുപോലെ എനിക്ക് തോന്നി!

ദൂരം

കാമുകി അവനെ വിളിച്ചുകൊണ്ടിരുന്നു. വീടുവിട്ട് ഓടിപ്പോരേ ണ്ടിവന്നതാണ് അവൾക്ക്. അവനെ റെയിഞ്ചിൽ കിട്ടിയപ്പോൾ അവൾ പൊട്ടിക്കരഞ്ഞു.

"കോഫീഹൗസിൽ കയറി ചായകുടിച്ചിരിക്കൂ. അപ്പോഴേക്കും എത്തിച്ചേരും." കാമുകൻ ആശ്വസിപ്പിച്ചു.

പലവട്ടം വീണ്ടും ഫോൺ കരഞ്ഞു.

"ഞാനിതാ അവിടെ എത്തിയല്ലോ." അവൻ ഉറപ്പുപറഞ്ഞു.

റോഡിലെ വളവ് തിരിയുകയായിരുന്നു അപ്പോൾ. പ്രതീക്ഷിച്ച തിലും നേരത്തെ 'അവിടെ' അവൻ എത്തിച്ചേർന്നു.

അവൻ അവളുടെ സമീപമെത്തിയതോ മുഖത്ത് തലോടിയതോ അവൾ അറിഞ്ഞിരിക്കില്ല.

എന്തോ അവിടെ മിന്നിമറഞ്ഞതുപോലെ അവൾക്ക് തോന്നിയെന്ന് മാത്രം.

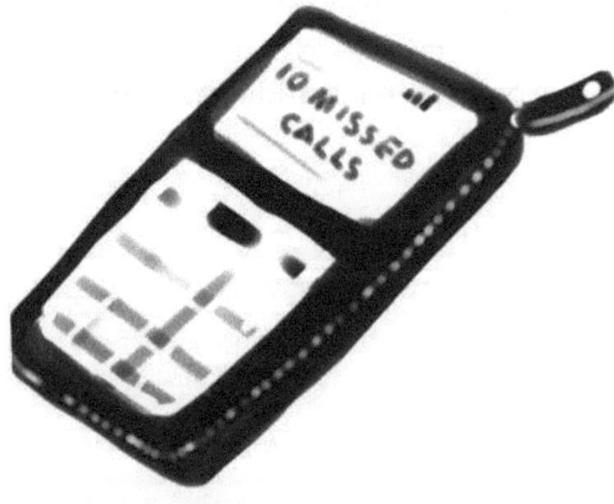

ഫ്ളാഷ്

തന്റെ മരണവാർത്ത സ്വന്തം ചാനലിൽ മിന്നിമറയുന്നതുകണ്ട് എം ഡി ഞെട്ടി. ശവസംസ്കാരം രാവിലെ 11 ന് എന്നുകൂടി പഹയന്മാർ തീരുമാനിച്ചു കഴിഞ്ഞു.

ചാനലിന്റെ ചീഫ് ലൈവായി ചർച്ചിക്കുന്നതിന് താഴെയാണീ പരാ ക്രമം.

ലൈവൊടുങ്ങി. ഉടൻ ചീഫിനെ വിളിച്ച് രണ്ട് പച്ചത്തെറിയങ്ങ് അട ത്തിട്ടു. "നിനക്കെന്തൊടാ ഞാൻ ചത്തുകാണാനിത്ര താല്പര്യം? നിന ക്കൊന്ന് അന്വേഷിക്കാൻ മേലായിരുന്നോ, ഫ്ളാഷടിച്ച് വിടണേന് മുമ്പ്? ദേ, ഇത് കണ്ടിട്ട് ബാക്കിയുള്ളോന്മാരും എഴുതിക്കാണിച്ചു തുടങ്ങി — ഞാൻ ചത്ത് മണ്ണടിഞ്ഞെന്ന്."

ചാനൽ ചീഫ് കാര്യം വിശദീകരിച്ചു:

"സാറ് നമ്മുടെ ചാനലിന്റെ എം ഡിയാണെന്ന് ഓർക്കണം. മറ്റേവ നെങ്കിലും ഈ വാർത്ത ഫ്ളാഷാക്കിയെന്ന് വച്ചോ; സാറ് തട്ടിപ്പോയിരു ന്നെങ്കിൽ ചാനലിന്റെ ചീഫ് എന്നു പറഞ്ഞ് ഞാൻ ജീവിച്ചിരുന്നിട്ട് കാര്യ മുണ്ടോ?"

അതല്ലേ ആക്സിഡന്റെന്ന് കേട്ടയുടൻ നമ്മളെടുത്തങ്ങ് വീശിയ ത്. ഇനീപ്പം മരിച്ചില്ലാന്നും പറഞ്ഞൊരു ഫ്ളാഷടിക്കാം.

താനാണ് അപരാധം ചെയ്തതെന്ന് ബോദ്ധ്യമായതോടെ എം ഡി മനസ്സിലൊരു സോറി പറഞ്ഞ്, ഒടിഞ്ഞ കൈകൊണ്ട് ഫോൺ കട്ട് ചെയ്തു.

നാടകമേ ഉലകം

പത്താംക്ലാസ് തോറ്റപ്പോ കൊത്തപ്പണിക്ക് പോയി. മേലനങ്ങി പണിയണം. മേശിരിയൊരു മൊരടൻ. വെറുത്ത്, ആയാസരഹിതമായ ജോലിയിലേക്ക് ചുവടുമാറ്റി. നിയന്ത്രിക്കാനാരുമില്ല. പക്ഷേ, ഉറക്കമൊ ഴിയണം. പൊലീസിന്റെ കയ്യീപ്പെട്ടാ നരകം. പിടിക്കപ്പെടുമെന്നായപ്പോ നാടുവിട്ടു. വർഷങ്ങൾ താടിയെയും മുടിയെയും നീട്ടി വെളുപ്പിച്ചു. കാഷാ യവേഷം കെട്ടി തിരിച്ചുവന്നു. തല്ലാനോടിച്ച നാട്ടുകാർ തന്നെ മുന്നിട്ടി റങ്ങി ഇരിപ്പിടം സജ്ജമാക്കി. ഇപ്പോ സുഖവഴി. ദർശനം നല്കാൻകൂടി സമയമില്ല. പണ്ട്, പിടിക്കാൻ ഓട്ടിച്ചൊരു ഏമാനാണ് ക്യൂവിന്റെ ഇടയ്ക്ക് വെയിലത്ത് നിന്ന് ഞെരിവട്ടം കൊള്ളുന്നത്. രാവിലേയുള്ള നില്പാണേ. അയാൾക്ക് തൊട്ടുമുമ്പ് ദർശനം നിർത്തിവച്ചു. ബാക്കിയുള്ളവർക്കിനി അടുത്ത ദിവസം.

ഇത്തരം ചെറിയ പ്രതികാരങ്ങളില്ലെങ്കിൽ പിന്നെന്ത് ആത്മീയ ജീവിതസുഖം?

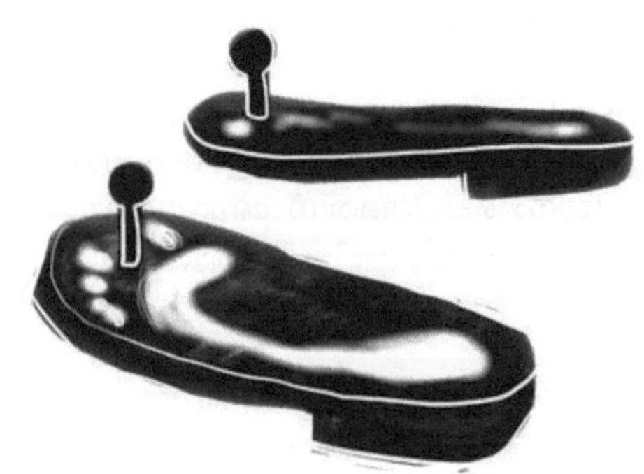

ഇറച്ചിക്കോഴി

ഇറച്ചിക്കോഴി കച്ചവടക്കാരന്റെ വീട്ടിലെ വളർത്തുകോഴി ഇറച്ചി ക്കോഴി കൂട്ടിനകത്തേക്ക് എത്തിനോക്കി. തടിച്ചുവെളുത്ത മുട്ടൻ കോഴി കൾ. തന്നെത്തന്നെ നോക്കിനിന്ന ഇറച്ചിക്കോഴിയോട് വളർത്തുകോഴി പരിഭവം പറഞ്ഞു:

"എനിക്ക് വല്ലോം കിട്ടണോങ്കി വീട്ടമ്മ കനിയണം. ഇല്ലെങ്കി പറ മ്പിലെ പുഴുനേം പാറ്റേനേം പിടിക്കണം. നിങ്ങക്കിവിടെ കുശാല് തന്നെ. ചുമ്മാതല്ല വെളുത്ത് തടിച്ചിരിക്കുന്നത്."

നൂറുകിലോ ഇറച്ചിക്കുള്ള ഓർഡർ രാവിലെ കിട്ടിയതു മുതൽ ഇറ ച്ചിക്കോഴി ജലപാനം കഴിച്ചിട്ടില്ല. പേടികൊണ്ട് അതിന്റെ തൂവലുകൾ കൊഴിഞ്ഞു. അതിലൊന്ന് സമ്മാനിച്ച് ഇറച്ചിക്കോഴി പറഞ്ഞു: "എന്റെ ഓർമ്മയ്ക്ക്."

പെട്ടെന്ന് കച്ചവടക്കാരൻ അകത്തുവന്നു. വ്യസനപ്പെട്ടിരുന്ന കോഴിയെ തൂക്കിയെടുക്കുമ്പോൾ അത് കരയാൻ പാടുപെട്ടു. ത്രാസിന്റെ കനിവിൽ, ഇറച്ചിക്കോഴി വീണ്ടും കൂട്ടിനകത്ത് വന്നു.

"നീയെന്തിനാ നിലവിളിച്ചത്?"

"ദിവാസ്വപ്നം കണ്ടതാ". ഇറച്ചിക്കോഴി പറഞ്ഞൊപ്പിച്ചു.

അതിന്റെ വിറയൽ അടങ്ങിയിരുന്നില്ല.

"ഓ, എനിക്കും ദിവാസ്വപ്നം കാണാൻ വലിയ ഇഷ്ടവാ. ഈയി ടെയൊന്നും പക്ഷേ കാണാറേയില്ല. നിന്റെയൊരു ഭാഗ്യമേ!"

വളർത്തുകോഴി പോകുന്ന പോക്കിൽ ഇറച്ചിക്കോഴിയുടെ സമ്മാന ത്തൂവലിനെ പുച്ഛത്തോടെ വലിച്ചെറിഞ്ഞു കളഞ്ഞു.

ദുരവസ്ഥ

നാട്ടിലെ പട്ടിണി കാണാനുള്ള കരുത്തില്ലാഞ്ഞിട്ടാണ് ഫൈവ്സ്റ്റാർ ഹോട്ടലിൽനിന്നും ഭക്ഷണം കഴിക്കുന്നത്.

നിരത്തിലെ നിലവിളി കേൾക്കാൻ കരളുറപ്പില്ലാത്തതിനാലാണ് വിമാനത്തിൽ സഞ്ചരിക്കുന്നത്.

നാട്ടിൽ അത്രയും തൊഴിലു കൂടുമല്ലോ എന്നു കരുതീട്ടാണ് നിങ്ങളീ പറയുന്ന കൂറ്റൻ മാളിക പണിയുന്നത്.

കൂലിപ്പണിക്കാരോടുള്ള ബഹുമാനം ഒന്നുകൊണ്ട് മാത്രമാണ് ഞാനവരുമായി ഇടപഴകാത്തത്.

ഇത്രയും മനസ്സുതുറന്നിട്ടും നിങ്ങളെന്നെ സംശയിക്കുന്നത് എന്തുകൊണ്ടാണെന്ന് എനിക്ക് മനസ്സിലാകുന്നില്ല!

ശുദ്ധാത്മാക്കളെ ക്രൂശിക്കുന്ന നിങ്ങളോട് ദൈവം ചോദിക്കും.

ആവാസം

വീട് പൊളിക്കാൻതന്നെ തീരുമാനിച്ചു. ഒരു വർഷത്തോളം നീണ്ട ചിന്തകൾക്കൊടുവിലാണ് അന്തിമവിധി നടപ്പാക്കാനൊരുങ്ങുന്നത്. ജനിച്ചു വളർന്ന വീടാണ്. എൺപതുവർഷത്തെ പഴക്കം വരും. ഓടു കൊണ്ടുള്ള മേല്ക്കൂര. തടികൊണ്ടുള്ള മച്ച്. പൂശിയ മൺചുമരുകൾ. കുമ്മായംകൊണ്ടുള്ള തേപ്പ്. കാറ്റുംവെളിച്ചവും സദാ കടന്നുവരും.

പതിനഞ്ച് വർഷം മുൻപുവരെ ഞങ്ങൾ ആ വീട്ടിലായിരുന്നു താമസം. എഴുത്തിനെപ്പറ്റി ഞാൻ ധാരാളം സ്വപ്നം കണ്ടത് ആ വീട്ടിൽവച്ചാണ്.

ഞങ്ങൾ നഗരത്തിലേക്ക് താമസം മാറിയതോടെ വാടകയ്ക്ക് ആളുവന്നു. വീട് ദുർബ്ബലമാകാതിരിക്കാൻ കുറച്ചുഭാഗങ്ങൾ ഇടിച്ചുമാറ്റി യിരുന്നു. എങ്കിലും സ്വീകരണമുറിയും കിടപ്പുമുറികളുമെല്ലാം അതുപോ ലെ നിലനിറുത്തി. വീടിനോടു ചേർന്നുള്ള കിണർ കണ്ണീരുപോലെ ജലംചുരത്തി. പറമ്പിൽ നിറയെ തെങ്ങും കവുങ്ങും പ്ളാവും പേഴും മഞ്ഞണാത്തിയും മുരിങ്ങയും കറിവേപ്പിലച്ചെടിയും കാപ്പിമരങ്ങളു മൊക്കെയാണ്. പച്ചപ്പിനകത്ത് വീട് പതുങ്ങിയിരിക്കും. കൊടുംവേനൽ ക്കാലത്തും ഫാൻ വേണ്ടിവരില്ല.

കുറച്ചുനാളായി വീട് പടുവാർദ്ധക്യത്തിലേക്ക് കടന്നിട്. മേല്ക്കൂര യുടെ ഒരു ഭാഗം ഒടിഞ്ഞ ചിറകുപോലെ താഴ്ന്നു. ഉത്തരവും കഴുക്കോ ലും ദ്രവിച്ചു. മഴക്കാലത്ത് അകത്തേക്ക് വെള്ളം ഒലിച്ചിറങ്ങുന്നു. ചുമരു കളിൽ പൊട്ടൽ വീണിരിക്കുന്നു. കതകുകളും ജനാലകളും ബലഹീന മായി. വീട് അടിയന്തര ചികിത്സ ആവശ്യപ്പെടുന്നു. .

വീട് പുതുക്കിപ്പണിയുന്നതിലെ വ്യർത്ഥതയെക്കുറിച്ച് പലരും കാര്യകാരണ സഹിതം ബോധ്യപ്പെടുത്തി. അതിനായി ചെലവഴിക്കുന്ന പണംകൊണ്ട് പുതിയ വീട് വയ്ക്കാം.

എങ്കിലും മനസ്സിലെന്തോ ഇടങ്കോലിട്ടുനിന്നു.

വാടകക്കാരെ ഒഴിവാക്കിയശേഷം, ഒരു വർഷം വീട് അടച്ചിട്ടിരുന്നു. ക്രമേണ മനസ്സ് വീട് പൊളിക്കുന്നതിനോട് പാകപ്പെട്ടു. അതിവൈകാരി കതയുടെ കാര്യമെന്ത്? എത്രയോപേർക്ക് ജനിച്ചുവളർന്ന വീട് വില്ക്കേ ണ്ടിവരുന്നു, പൊളിച്ചുകളയേണ്ടിവരുന്നു. ഇപ്പോഴാണെങ്കിൽ കേടാകാ ത്ത തടിക്കും ഓടിനുമെല്ലാം ചെറിയ വിലയെങ്കിലും കിട്ടും. മഴയിൽ ഇടിഞ്ഞുവീണാൽ അതുമില്ല.

വീടിന്റെ മേല്ക്കൂര പൊളിച്ചപ്പോൾ അതിന്റെ മോന്തായത്തിൽ താമസക്കാരായ തേന്തുമ്പികൾ പറന്നുയർന്നു. അവ അപായശബ്ദം മുഴക്കിയശേഷം സംഘമായി പലായനംചെയ്തു. നരിച്ചീറുകളുടെ വരവായിരുന്നു പിന്നീട്. പകലിന്റെ അന്ധതയിൽ അവ ചിറകടിച്ചു. അണ്ണാറക്കണ്ണനും കുഞ്ഞുങ്ങളും അടുത്തുള്ള തെങ്ങിൻമുകളിൽ അഭയംപ്രാപിച്ചു. ചകിരിയും ചുള്ളികളുംകൊണ്ടുള്ള പ്രാവിൻകൂട് താഴെവീണ് ചിതറി. പല്ലിയും ഓന്തും വേട്ടാവളിയനും വണ്ടുകളും പ്രാണരക്ഷാർത്ഥം വീടുവിട്ടോടി. അസാമാന്യവലിപ്പമുള്ള മഞ്ഞച്ചേര ജനാലയിലൂടെ പുറത്തേക്ക് വന്ന് എന്നെ തുറിച്ചുനോക്കിയശേഷം മരങ്ങൾക്കിടയിലൂടെ ഇഴഞ്ഞുപോയി. കീരിയും കുറേ കുഞ്ഞുങ്ങളും എങ്ങോട്ടു പോകണമെന്നറിയാതെ പരിഭ്രമിച്ചുനിന്നു.

താമസക്കാരാരുമില്ല, എപ്പോൾവേണമെങ്കിലും പൊളിച്ചോളൂ എന്നാണ് ജോലിക്കാരോട് പറഞ്ഞിരുന്നത്. വീട്ടിൽ ഇത്രയേറെ വാടകക്കാരെത്തിയത് ഞാനറിഞ്ഞിരുന്നില്ല.

സൗഹൃദം

കണ്ടപ്പോൾ കെട്ടിപ്പിടിച്ചു. ചുംബിച്ചു. മദ്യപിച്ചു. കടൽത്തീരത്ത് നടന്നു. ബാല്യകാലത്തെ അനുസ്മരിച്ചു. ഞാനെറിഞ്ഞ കല്ലുകൊണ്ട് മുറിഞ്ഞ നെറ്റിയിലെ തഴമ്പ് കാണിച്ചു. ഇത് നിന്റെ മേലുള്ള ചിരകാല സ്മരണയാണെന്ന് പറഞ്ഞപ്പോൾ, ഇരുവർക്കും കരച്ചിൽ വന്നു.

പിരിഞ്ഞ് പിന്തിരിയുമ്പോൾ, സമയം കളയാതെ ഇടപാടുകാരനെ ഒച്ചതാഴ്ത്തി വിളിച്ചു. നിങ്ങൾ നില്ക്കുന്ന വഴിയിലൂടെത്തന്നെ അവനെ അയച്ചിട്ടുണ്ട്. ഇവനെ കൈയീക്കിട്ടാനായി നിങ്ങളെത്രയോ നാളായി കഷ്ടപ്പെടുകയാണ്. ഉത്തരവാദിത്വത്തോടെ ഞാനെന്റെ ജോലി ചെയ്തി ട്ടുണ്ട്. പറഞ്ഞുറപ്പിച്ചതീന്ന് ചില്ലിക്കാശും കുറയ്ക്കരുത്.

സൗഹൃദത്തിന് ഇക്കാലത്ത് വിലയില്ലെന്ന് പറഞ്ഞത് ഏവനാടാ തെണ്ടീ?

കിണറ്

സ്ഥാനം നോക്കിയാണ് കിണറ് കുഴിക്കാൻ തുടങ്ങിയത്. നന്നായി വെള്ളം കിട്ടുന്ന സ്ഥലമാണ്. കുഴിച്ചു ചെന്നപ്പൊ പാറ. പാറ പൊട്ടിച്ചാൽ വെള്ളം കിട്ടുമെന്ന് പണിക്കാര് പറഞ്ഞു.

പാറ പൊട്ടിച്ചിട്ടും വെള്ളം മാത്രം കിട്ടിയില്ല. കിട്ടിയത്, കുറിച്ചിട്ടി നടത്തീട്ട് മുങ്ങിയ ദിനേശനെയും പൊലീസിനെ പേടിച്ചോടിയ ഗുണ്ടാ ഷാജിയെയും വിസാത്തട്ടിപ്പ് നടത്തീട്ട് കാണാതായ ജോർജ്ജിനേം.

പ്രവൃത്തി – തൃപ്തി

അന്ധനായ പിച്ചക്കാരന്റെ പിച്ച ച്ചട്ടിയിലേക്ക് അഞ്ഞൂറുരൂപയുടെ നോട്ട് ഞാൻ ഇട്ടുകൊടുക്കുന്നതു കാണുമ്പോൾ നല്ലൊരു പ്രവൃത്തി ചെയ്തല്ലോ എന്ന തോന്നൽ നിങ്ങൾ ക്കുണ്ടാകും.

അന്ധനായ പിച്ചക്കാരന് നല്കിയത് മാറാത്ത അഞ്ഞൂറിന്റെ കള്ളനോട്ടാണ് എന്നത് എനിക്ക് തരു ന്നതാണ് ആത്മസംതൃപ്തി.

കച്ചവടം

പെണ്ണിന് സ്ത്രീധനം കൊടുക്കാനുദ്ദേശിക്കുന്നതെല്ലാം പെണ്ണിന്റ പ്പൻകൊണ്ട് കാട്ടി. സിറ്റിയിലെ രണ്ടുനിലക്കെട്ടിടം, സൂപ്പർമാർക്കറ്റ്, സിറ്റി വിട്ടുള്ള റബ്ബർ എസ്റ്റേറ്റ്. ബാങ്ക് ഡെപ്പോസിറ്റും ആഭരണക്കണക്കും പറഞ്ഞ് അതങ്ങ് ഉറപ്പിച്ചു. തിരിച്ച് പകുതി ദൂരമെത്തിയപ്പോൾ, പയ്യൻ ഒരുകാര്യം ഓർമ്മിച്ചെടുത്തു:

"ഒരു കാര്യം വിട്ടുപോയി. പെണ്ണിനെ മാത്രം കണ്ടില്ല."

ഗൃഹാതുരം

വീട് അപരിചിതമുഖത്തോടെ എന്നെ തുറിച്ച് നോക്കി. ഞാനതി നെയും. ഓട് മാറി ടെറസ്സായി. കോട്ടപോലെ വലിയ മതിൽ ചുറ്റിലും. ഗേറ്റിനെ കരയിപ്പിച്ചു. വീട്ടമ്മ ജനാലയിലൂടെ സംശയിച്ചു. ഞാനവരോട് വിശദീകരിച്ചു:

"ജനിച്ചു വളർന്ന വീടിവിടായിരുന്നു. പത്തിരുപത് വർഷമായി ദൂരെ പട്ടണത്തിൽ. ഇങ്ങോട്ട് വന്നിട്ട് തന്നെ ഏഴെട്ട് വർഷമായി. ഒരു വിവാഹ ത്തിന് കൂടാൻ വന്നതാണ്. ഇവിടമൊന്ന് കാണണമെന്ന് തോന്നി. ഇനിയെന്നെങ്കിലും വരാൻ കഴിയുമോ എന്നുതന്നെ അറിയില്ല."

വീടിനുചുറ്റും കണ്ണുതുറന്നു നടന്നു. നിരാശ തോന്നി. ഓർമ്മകളെ ഉണർത്തുന്ന ഒന്നുമില്ല, ഒന്നും. എല്ലാം തുടച്ചുനീക്കപ്പെട്ടി രിക്കുന്നു. നിരാശനായി തിരിഞ്ഞു നടക്കവേ, റോസാച്ചെടി ഷർട്ടിന്റെ കൈയിൽ പിടിച്ചുനിർത്തി.

"മറന്നോ എന്നെ?"

റോസാച്ചെടി മൃദുശബ്ദത്തിൽ ചോദി ക്കുന്നു. കരിഞ്ഞുതീരാറായ ഒന്ന്.

അതിന്റെ കമ്പൊടിക്കുമ്പോൾ വീട്ടമ്മ ഉപദേശിച്ചു:

"ഞങ്ങളിവിടെ വാങ്ങുമ്പഴേ ഉള്ളതാ. ഇന്നോളം പൂത്തിട്ടില്ല. നിങ്ങളത് ചുമക്കുന്നത് വെറുതെ."

ആ ചെടിയാണീ പൂവിട്ട് നില്ക്കുന്നത്! അതിനാണ് മണമൊന്നുമി ല്ലെന്ന് മകൾ പറയുന്നത്!

മൂക്കിനെ ഞാനൊന്നുണർത്തുന്നു.

ഉണ്ടല്ലോ പഴയ ചില ഗന്ധങ്ങൾ – പുതുനെല്ലിന്റെ, രാസ്നാദിപ്പൊ ടിയുടെ, ചാണകത്തിന്റെ, ഉമിക്കരിയുടെ......

അതെന്നെ വന്ന് പൊതിയുന്നല്ലോ.

കല്ലും മരവും

മഴക്കാലം കഴിഞ്ഞപ്പോൾ കല്ലിനടിയിൽക്കിടന്ന് ഒരു വിത്ത് നില വിളിച്ചു: "ഒന്നു മാറിത്തായോ എനിക്ക് ശ്വാസം മുട്ടുന്നേ."

"എനിക്കതിനൊന്നും കഴിയുകേല" – മുകളിലിരുന്ന് കല്ല് പിറുപി റുത്തു. കല്ലിനെ വളഞ്ഞ് വിത്തിന്റെ കുരുപ്പ് പൊട്ടി. മൂക്കുകണ്ണടപോലെ രണ്ട് കുഞ്ഞിലകൾ വന്ന് കല്ലിനെയും ഭൂമിയുടെ ഉപരിതല ത്തെയും കൗതുകത്തോടെ നോക്കി ചിരിച്ചു. കല്ല് കല്ലുപോലിരുന്നു.

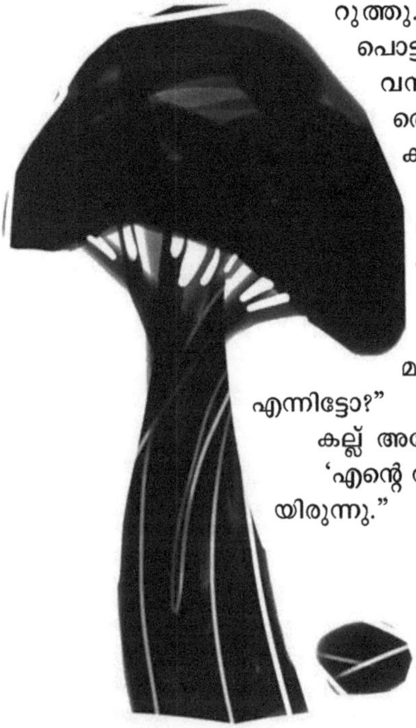

ചെടിവളർന്ന് മരമായി. ഭൂമിക്ക് തണ ലായി. കിളികൾക്ക് കൂടായി. കാറ്റിന് ചിറ കായി.

ഒരു ദിവസം മരം പറഞ്ഞു:

"എടാ കല്ലേ, എടാ പുല്ലേ നീയെന്തു മാത്രം നോക്കി ഞാൻ വളരാതിരിക്കാൻ. എന്നിട്ടോ?"

കല്ല് അപ്പോൾ ഉളുപ്പില്ലാതെ പറഞ്ഞു:

'എന്റെ വളമില്ലേൽ നീ ഇത്രേം വളരുന്നത് കാണാ യിരുന്നു."

കത്ത്

കത്തുകൾ നമുക്കെന്നും ഒരു നൊസ്റ്റാൾജിയ ആണല്ലോ. കത്തു കൾക്കുള്ളിലെ അക്ഷരങ്ങൾ സ്നേഹാന്വേഷണങ്ങൾ കൊണ്ടുവരുന്ന ദേവദൂതന്മാരാണ്. വീണ്ടും വീണ്ടും വായിച്ച് നെടുവീർപ്പിട്ട കത്തുകൾ..... അക്ഷരങ്ങൾ തെളിഞ്ഞു കിടക്കുന്ന നീലത്തടാകം....... സുഹൃത്തേ, താങ്കൾക്കും ലഭിച്ചിരിക്കുമല്ലോ ഉന്മാദമോ, ആഹ്ലാദമോ, പൊട്ടിത്തെറി യോ, കണ്ണീരോ സമ്മാനിച്ച ഒരു കത്ത്...... ഇത്തരം ജീവസ്സുറ്റ നിരവധി കത്തുകൾകൊണ്ട് സമ്പന്നമായിരിക്കും ഞങ്ങളുടെ അടുത്തലക്കം വാരി ക.... താങ്കളുടെ സഹകരണം പ്രതീക്ഷിക്കുന്നു.

കത്ത് ആവശ്യപ്പെട്ടുകൊണ്ടുള്ള അഭ്യർത്ഥന ജി മെയിൽഡോട്ട്കോ മിലൂടെ കിട്ടി, ഇന്ന്.

കപടസ്നേഹിതാ

ഇന്നലെ വീണ്ടും ഉദ്യോഗസ്ഥനായ പഴയ സുഹൃത്ത് ചിരിച്ചു ചിരിച്ചു കയറിവന്നു. ചിരി വിടാതെ അവൻ പഴയ സന്ദർശനത്തിൽ പറ ഞ്ഞവ ആവർത്തിച്ചു.

"നിന്നെ ചേർത്തിട്ട് എനിക്കൊന്നും നേടാനല്ല. നിന്റെ കഷ്ടപ്പാട് കണ്ടിട്ട് എനിക്ക് സഹിക്കാൻ കഴിയാഞ്ഞിട്ടെന്ന് കൂട്ടിയാ മതി. നീ മുട ക്കേണ്ടത് വെറും ആയിരം രൂപ. നീ പത്തുപേരെ ചേർക്കുക. അവർ ഓരോരുത്തരും...... പിന്നെ..... ലക്ഷങ്ങളാ മാസത്തിൽ വരവ്."

ലഭിച്ച ചെക്കുകളുടെ ഫോട്ടോകോപ്പി കാട്ടി അവൻ പ്രലോഭിപ്പിച്ചു.

"ഇതിലൊരു അവസാനത്തെയാളുണ്ടാകില്ലേ? അവനെന്തു കിട്ടും?"

ഞാൻ ന്യായമായ സംശയം ഉന്നയിച്ചു. അവനത് തീരെ സഹിച്ചില്ല.

"ചുമ്മാതാണോ നീ നന്നാകാത്തത്. നിനക്ക് നിന്റെ കാര്യം നോക്കി യാപ്പോരെ? നീ ഒരുകാലത്തും ഗുണംപിടിക്കില്ല."

സുഹൃത്ത് ശപിച്ചു. ചിരിമടക്കി അയാൾ പടി കടന്നു.

നാലഞ്ച് വർഷം മുൻപാണ്. മരുന്നിന് കാശില്ല. പെട്ടെന്നോർത്തത് സുഹൃത്തിനെ.

"രണ്ടായിരം രൂപ വേണം. മകൻ അത്യാസന്നനിലയിൽ മെഡിക്കൽ കോളേജിലാണ്."

സുഹൃത്ത് പറഞ്ഞു: "കാശൊന്നുമില്ല."

പോക്കറ്റിലേക്കു കൈയിട്ട് പത്തുരൂപ കാട്ടി അലസമായി പറഞ്ഞു.

"വണ്ടിക്കൂലിക്കുള്ള കാശല്ലാതെ......"

മകന്റെ ശവത്തെങ്ങും കഴിഞ്ഞ് സുഹൃത്ത് പോയിക്കഴിഞ്ഞു.

കഥച്ചെടി

"നല്ലയിനം കഥ കായ്ക്കുന്ന ചെടിയാണ് സാർ."

കൗതുകത്തോടെ വിത്ത് വാങ്ങി മുറ്റത്ത് കുഴിച്ചിട്ടു. എന്നും വെള്ളമൊഴിച്ചു.

ചെടി വളരാൻ തുടങ്ങിയതോടെ പ്രശ്നങ്ങൾ ചില്ലവീശി.

ഉള്ളിൽനിന്നും എപ്പോഴുമൊരു വിമ്മൽ, ഉറക്കമില്ലായ്മ, കാരണമില്ലാത്ത ദേഷ്യം, അലക്ഷ്യമായ നടത്തം, തനിയെയുള്ള സംസാരം, ഇത്യാദി.

ഡോക്ടറെ കണ്ടു.

രോഗമൊന്നുമില്ലെന്നറിഞ്ഞതോടെ കാരണം കണ്ടെത്തി.

ചെടിയെ പകയോടെ പിഴുത് റോഡിലേക്കൊറേറ്.

അപ്പൊ അന്നെ വലിയവായിലേ കോട്ടു വാ വന്നു. പിന്നെ, മൂടി പുതച്ചു കിടന്നുറങ്ങി; സ്വസ്ഥമായി.

മോക്ഷയാത്ര

ആലിൻ ചുവട്ടിലിരിക്കുന്ന വയസ്സൻ കൃത്യമായി വഴിപറഞ്ഞു കൊടുത്തതിനാൽ റവന്യൂ ഇൻസ്പെക്ടർ വേണുഗോപൻ ബുദ്ധിമു ട്ടേണ്ടിവന്നില്ല. "ഓ നമ്മുടെ പത്രം രാമചന്ദ്രൻ... അയാളിപ്പൊ അതിന് ഉണ്ടോ? മരിച്ചുപോയീന്നാ തോന്നണത്. അല്ല, എന്താ കാര്യം.?"

"വഴി പറയൂ", വേണുഗോപൻ അയാൾക്ക് വഴങ്ങാതെ പറഞ്ഞു. പാലം കഴിഞ്ഞ് ആദ്യംകാണുന്ന വലത്തേക്കുള്ള തിരിവ്, പിന്നെ റെയിൽ വേ മേൽപാലം, മുന്നോട്ടുപോയാൽ പൊതുടാപ്പ്, ഇടത്ത് വായനശാല. അവിടെനിന്നും വലത്തേക്കുള്ള തിരിവ്. ഉള്ളിലേക്കിരിക്കുന്ന രണ്ടാമത്തെ വീട്.

"അല്ല എന്തിനാ?"

വയസ്സനോട് കാര്യം വിശദീകരിക്കാൻ താല്പര്യം തോന്നിയില്ല. ഒരാവശ്യമുണ്ട് എന്ന് അലസമായി പറഞ്ഞ് വണ്ടി മുന്നോട്ടെടുത്തു.

പത്രം രാമചന്ദ്രന്റെ വീടെന്നുപറഞ്ഞാൽ ആരും പറഞ്ഞുതരും. ശ്രീദേവിയമ്മ പറഞ്ഞിരുന്നു. അറുപത്തഞ്ച് വയസ്സ് തോന്നിക്കുന്ന കുലീനത്വം തോന്നിക്കുന്ന സ്ത്രീ. കഴുത്തിൽ വലിയൊരു രുദ്രാക്ഷം. "ഇവിടെയിരുന്നത് മറ്റൊരാളായിരുന്നില്ലേ?" വേണു അവിടേക്ക് സ്ഥലംമാറിവന്നിട്ട് ഒരാഴ്ചയേ ആയിരുന്നുള്ളൂ. ഇക്കാര്യത്തിനായി നാലഞ്ചുവട്ടം ഓഫീസിൽവന്ന കാര്യം അവർ പരിഭവത്തോടെ പറഞ്ഞു.

"കുഞ്ഞേ ഇനീം എന്നെ നടത്തിക്കരുത്. ഇക്കാര്യത്തിനായി കയറിയിറങ്ങാൻ വീട്ടീ മറ്റാരുമില്ല" — അവർ ഓർമ്മിപ്പിച്ചു.

ശ്രീദേവിയമ്മയുടെ പേരിൽ ശ്രീപണ്ടാരവകയായി പത്തുസെന്റ് വസ്തുവുണ്ട്. പണ്ടാരംവകയെന്നാൽ രാജാവ് ദാനംചെയ്ത ഭൂമി. അത് തലമുറകളായി വച്ചനുഭവിച്ചുപോരുന്നു. പട്ടയം ലഭിച്ചിട്ടില്ല. രേഖകൾ

പരിശോധിച്ച് നേരിട്ടുകണ്ട് ബോധ്യപ്പെട്ട് പട്ടയം നല്കണം.

തുരുമ്പിച്ച ഗേറ്റ് കടന്ന് വേണുഗോപൻ മുറ്റത്ത് ചെന്നു. ഗേറ്റിനെ പിടിച്ചുനിർത്തിയിരിക്കുന്ന മതിൽ ഇടിഞ്ഞുവീഴാൻ പാകത്തിലാണ്. കരിയില നിറഞ്ഞ മുറ്റം കാറ്റത്തിളകി. ഒരു തുളസിച്ചെടി പുല്ലുകൾക്കിട യിൽ തലയുയർത്തിപ്പിടിച്ച് നില്ക്കുന്നു. കോളിങ് ബെൽ അനങ്ങില്ലെന്ന് വാശിപിടിച്ചു. പിന്നോട്ട് നടന്ന് ഗേറ്റിൽത്തട്ടി ശബ്ദമുണ്ടാക്കിയപ്പോൾ അകത്ത് ചുമകേട്ടു.

ഒരു വൃദ്ധൻ കാലുംനീട്ടി തലകുനിച്ച് നിലത്തിരിക്കുന്നു. ഇയാൾ നേരത്തെയും ഇവിടെത്തന്നെ ഇരിക്കുകാരുന്നോ? പിന്നെന്താ കാണാ ത്ത്?

"ഇവിടെ ആളില്ലേ?"

അനക്കമൊന്നുമില്ലാതെ പ്രതിമപോലെ വൃദ്ധൻ ഇരിക്കുന്നു. ഇയാൾക്ക് ചെവികേൾക്കില്ലേ? വേണു കുറച്ചുകൂടി അടുത്തേക്ക് ചെന്നു. മലത്തിന്റെയും മൂത്രത്തിന്റെയും സമ്മിശ്രഗന്ധം. ഈച്ചകൾ ഇരമ്പിയാർ ക്കുന്നു.

"ശ്രീദേവിയമ്മയുടെ വീടല്ലേയിത്?"

"അതെ", വൃദ്ധൻ വ്യക്തമായിപ്പറഞ്ഞു.

"അകത്ത് കാണും. എനിക്ക് ഇവടന്ന് അനങ്ങാൻ പറ്റത്തില്ല. പത്തുവർഷമായി."

"ഇരിക്കാം." വൃദ്ധൻ ക്ഷണിച്ചു.

ഇരിക്കാൻ അഴുക്കുപിടിച്ച ഒരു ചാരുകസേരയല്ലാതെ മറ്റൊന്നും ഉണ്ടായിരുന്നില്ല. ചാരുകസേര വൃദ്ധന്റേതാണ്.

"എന്നെയൊന്ന് കസേരയിൽ പിടിച്ചിരുത്തുവോ?"

വേണു അയാളെ കസേരയിലിരിക്കാൻ സഹായിച്ചു. ചെറിയൊരു വിറകുകഷണത്തിന്റെ ഭാരമേ അയാൾക്കുണ്ടായിരുന്നുള്ളൂ. ഇരുന്നതിന്റെ ആയാസത്തിൽ അയാൾ കിതയ്ക്കാനും ചുമയ്ക്കാനും തുടങ്ങി.

പുറത്തേക്കുള്ള കതക് തുറന്ന് ശ്രീദേവിയമ്മ പ്രത്യക്ഷപ്പെട്ടു. നെറ്റിയിൽ ചന്ദനം, കൈയിൽ രാമായണം. "ഞാൻ പൂജാ മുറീലായിരുന്നു കുഞ്ഞേ", അവർ ക്ഷമാപണം പറഞ്ഞു.

"എനിക്കിനി അധികകാലോന്നുമില്ല കുഞ്ഞേ", മുറ്റത്തേക്കിറ ങ്ങുമ്പോ ശ്രീദേവിയമ്മ പറഞ്ഞു. "എത്രയും പെട്ടെന്ന് ഇതൊന്ന് ശരിയാ ക്കിത്തരൂ. മക്കള് രണ്ടാളും വെളിയിലാ. അമേരിക്കയില്. അവരിനി ഇങ്ങോട്ട് വരാനൊന്നും പോകുന്നില്ല. വിറ്റശേഷം അവർക്കുള്ളത് ബാങ്കിലിട്ടാ മതീന്നാ അവര് പറേണത്. വസ്തുനൊക്കെ പൊന്നുംവില യല്ലേ."

വൃദ്ധൻ അമർത്തിയെന്ന് മൂളി. "നീയിത് വിറ്റുപെറുക്കിയശേഷം എങ്ങോട്ട് പോകാടീ."

"ദേ ഈ കെടക്കണ മനുഷ്യനെയാ എനിക്ക് പേടി. പണ്ട് ചെയ്തതിന്റെ കർമ്മഫലമാ കെടന്ന് നരകിക്കണത്. ഇത്രേം പോരാ.

അനുഭവിക്കാനിരിക്കുന്നതേയുള്ളു, കാലൻ. ഇതിനിടേ, എനിക്കെന്തെ
ങ്കിലും പറ്റിയാ ഇങ്ങേരിത് വിറ്റൊലയ്ക്കും. വേണോങ്കീ, പഴയ
രഹസ്യക്കാരികൾക്ക് എഴുതിക്കൊടുക്കും."

വേണുവിന് ശ്വാസംമുട്ടുംപോലെ തോന്നി.

"മക്കൾക്ക് രണ്ടാൾക്കും ഇരുപത് സെന്റ് വീതം വരും. പിന്നെയുള്ള
പത്സെന്റ് ഭൂമി സ്വാമി ജഗദീശ ഗുരുവിന്റെ ആശ്രമത്തിനാണ്. ഞാൻ
പിന്നെ അവിടായിരിക്കും. ജഗദീശ ഗുരുവിനോട് ഞാൻ മോനുവേണ്ടിയും
പ്രാർത്ഥിക്കും."

മുറ്റത്തെ തുളസിച്ചെടിയിൽനിന്നും ഒരു കൊണ്ട ഒടിച്ച് അവർ
മുടിയിൽ തിരുകിവച്ചു.

"വരുന്ന മാസം ആശ്രമത്തിൽനിന്നും ഒരു യാത്രയുണ്ട്. കാശി,
രാമേശ്വരം, ഹരിദ്വാർ... മോക്ഷംതേടിയുള്ള യാത്ര. പിന്നെ എന്നാ തിരിച്ചു
വരവെന്ന് അറിയില്ല, തിരിച്ചൊരു വരവുണ്ടോ എന്നും. ആ യാത്രയ്ക്ക്
മുൻപ്.." ശ്രീദേവിയമ്മ അർദ്ധോക്തിയിൽ നിർത്തി.

"അപ്പോ നിങ്ങളുടെ ഭർത്താവ്?"

മുഖത്തെ കുലീനതയുടെയും ഭക്തിയുടെയും വിരിപ്പുമാറ്റി സ്ത്രീ
കത്തുന്നൊരു നോട്ടംനോക്കി.

മരണമൊഴി

ഈ പഴയ വീട്ടിലായിരുന്നു ഞങ്ങൾ ഏറെക്കാലം താമസിച്ചത്. അന്നുതന്നെയുണ്ട് അറുപത് വർഷത്തിലേറെ പഴക്കം. പണ്ടത്തെ സാമാന്യം വലിപ്പമുള്ള വീടായിരുന്നു അത്. പത്തോളം മുറികൾ. ഓടുമേഞ്ഞ മേല്ക്കൂര. തടികൊണ്ടുള്ള തട്ട്. തട്ടിൻപുറത്തേക്ക് കയറിപ്പോകാൻ ഏണിയുള്ള മുറിയുണ്ട്. ഏണിമുറി എന്നാണ് ആ മുറിയുടെ ചെല്ലപ്പേര്. തട്ടിൻപുറത്ത് തട്ടുമുട്ട് സാധനങ്ങളെല്ലാം സൂക്ഷിച്ചിട്ടുണ്ട്. പഴയ ഭരണികൾ, മാങ്ങ ഉപ്പിലിട്ടുവയ്ക്കാവുന്ന വലിപ്പമുള്ള മൺകലങ്ങൾ, കുട്ട, വട്ടി, തുറപ്പ, മുറം, കരുതലായി സൂക്ഷിച്ചിരിക്കുന്ന തേങ്ങ, തടികൊണ്ടുള്ള പെട്ടികൾ അങ്ങനെ പലതും അവിടുണ്ടാകും. ഒരാൾക്ക് നിവർന്നു നടക്കാൻ പാകത്തിലുള്ള ഉയരം തട്ടും മേല്ക്കൂരയും തമ്മിലുണ്ട്. തട്ടിൻപുറം കുട്ടിക്കാലത്തെ ഞങ്ങളുടെ കളിസ്ഥലം കൂടിയായിരുന്നു. കൗതുക വസ്തുക്കളുടെ വലിയ ശേഖരം (വെള്ളാരംകല്ലുകൾ, കുപ്പിയോടുകൾ, വിശേഷപ്പെട്ട കളർചിത്രങ്ങൾ, തീപ്പെട്ടിച്ചിത്രങ്ങൾ...)ഞങ്ങൾ സൂക്ഷിച്ചിരുന്നത് തട്ടിൻപുറത്തായിരുന്നു.

സാമാന്യം വലിപ്പമുള്ള പറമ്പായിരുന്നു വീടിന്റെ പ്രത്യേകത. പറമ്പിന് നടുക്കായി വീട്. ചുറ്റും പലതരത്തിലുള്ള മരങ്ങളുടെ പച്ചപ്പ്. പുരയിടത്തിന്റെ അതിരിലൊന്ന് ചെമ്മൺപാതയുടെ ചുവപ്പാണ്. അതിലൂടെ കാളവണ്ടിയും അപൂർവ്വമായി കാറുകളും പാറപൊട്ടിച്ച് കൊണ്ടുപോകാൻ വരുന്ന ലോറികളും വരാറുണ്ട്. എന്തായാലും മോട്ടോർവാഹനങ്ങൾ ഞങ്ങൾ കുട്ടികളെ വല്ലാതെ ആകർഷിച്ചിരുന്നു. മനസ്സിരുത്തിയുള്ള കളികൾക്കിടയിലും വാഹനങ്ങൾ ഞങ്ങളുടെ ശ്രദ്ധതെറ്റിച്ചു. അവയെ കാണാനായി പാതയ്ക്കരുകിലേക്ക് ഓടി. വാഹനങ്ങൾ മണ്ണും കരിയിലയും ആകാശത്തേക്ക് പറത്തി അഹങ്കാര ത്തോടെ പാഞ്ഞുപോയി.

കുഗ്രാമത്തിലായിരുന്നെങ്കിലും ഞങ്ങളുടെ വീട് എപ്പോഴും സജീവമായിരുന്നു. ബന്ധുവീടുകള്‍ സമീപത്ത് ധാരാളമുണ്ടായിരുന്നു. ഔപചാരികത കൂടാതെ ഏത് വീട്ടിലേക്കും കയറിച്ചെല്ലാം. അപ്പൂപ്പന്റെ വയസ്സായ സുഹൃത്തുക്കള്‍ വൈകിട്ടോ രാവിലെയോ വരും. അവര്‍ വര്‍ത്തമാനം പറഞ്ഞിരിക്കും. അപ്പൂപ്പന്‍ വെറ്റിലച്ചെല്ലം നീട്ടിവയ്ക്കും. ഇല്ലെങ്കില്‍ ബീഡി മെത്തയ്ക്കടിയില്‍നിന്നും തപ്പിയെടുക്കും.

പതിനഞ്ച് വര്‍ഷംമുന്‍പാണ് ഞങ്ങള്‍ ഇവിടം ഉപേക്ഷിച്ച് മറ്റൊരിടത്തേക്ക് താമസം മാറിയത്. അപ്പോഴേക്കും അപ്പൂപ്പനും അമ്മൂമ്മയും മരിച്ചിരുന്നു. വീടും വയസ്സായിക്കഴിഞ്ഞിരുന്നു. തീരെ ദുര്‍ബ്ബലമായ ഭാഗങ്ങള്‍ ഒഴിവാക്കി വീടിനെ നിലനിര്‍ത്താന്‍ തീരുമാനിച്ചു. അടുക്കളയും അതിനോടുചേര്‍ന്നുള്ള സ്റ്റോര്‍മുറിയും ഇറയവും ഒഴിവാക്കി. പഴയ ഊണുമുറിയെ അടുക്കളയാക്കി. പഴയ വീട്ടില്‍ വാടകക്കാരെത്തി.

പുരയിടം ഭാഗംവച്ചപ്പോള്‍ വീടിരിക്കുന്ന സ്ഥലം എനിക്കാണ് കിട്ടിയത്. അമ്മയുടെ കുടുംബവീടായിരുന്നു അത്. അമ്മയും സഹോദരങ്ങളും ജനിച്ചുവളര്‍ന്ന വീട്. വലിയ മാറ്റങ്ങള്‍ പഴയ സ്ഥലത്ത് വന്നിട്ടുണ്ട്. ചെമ്മണ്‍പാത റോഡായി കഴിഞ്ഞു. റോഡിന് ഇരുവശത്തും നിറയെ വീടുകള്‍ വന്നു. തൊട്ടടുത്ത സ്ഥലംവരെ ട്രാന്‍സ്പോര്‍ട്ട് ബസ് സര്‍വ്വീസ് നടത്തുന്നുണ്ട്.

അടുത്തിടെ പഴയവീട്ടില്‍ ചെല്ലുമ്പോള്‍ ചുമരുകളില്‍ വിള്ളല്‍ വീണിരിക്കുന്നത് വാടകക്കാരന്‍ കാട്ടിത്തന്നു. കനത്ത വിള്ളലാണ്. ഒരിടത്തല്ല, പലയിടത്തുണ്ട് ചുവരില്‍ പൊട്ടലുകള്‍. ഓടിനെ താങ്ങിനിര്‍ത്തുന്ന ഉത്തരവും കഴുക്കോലുമെല്ലാം ദ്രവിച്ച് പോയിരിക്കുന്നു. വീട് എപ്പോള്‍ വേണമെങ്കിലും താഴത്തുവീഴാവുന്ന അവസ്ഥയിലാണ്. വാടകക്കാരനോട് വീട് ഒഴിയാന്‍ പറഞ്ഞു.

രണ്ട് തലമുറ ജനിച്ചുവളര്‍ന്ന വീടാണ്. ഇടിച്ചുകളയാന്‍ മനസ്സു വരുന്നില്ല. എന്തെങ്കിലും വിധേന കെട്ടിടത്തെ നിലനിര്‍ത്താനാകുമോ എന്ന ചിന്തയായി. കേട്ടവരെല്ലാവരും നിരുത്സാഹപ്പെടുത്തി. മണ്ണു കൊണ്ടുള്ള ചുവരാണ്. അതിന്മേല്‍ പണിയുന്നതുകൊണ്ട് മെച്ചമൊന്നുമുണ്ടാകില്ല.

ഒടുവില്‍ എത്രയും വേഗം വീട് പൊളിക്കാന്‍തന്നെ തീരുമാനിച്ചു. ഇപ്പോഴാണെങ്കില്‍ പഴയ തടിയുടെ കാശെങ്കിലും കിട്ടും. ചില തടിയുരുപ്പടികള്‍ കേടില്ലാതെ അതുപോലുണ്ട്.

വീട് പൊളിക്കുന്നതിനുമുന്‍പ് എല്ലാവരെയും അവിടെ വിളിച്ചു ചേര്‍ക്കാന്‍ തീരുമാനിച്ചു. വീട് പൊളിക്കാന്‍ വന്ന ആളോട് ഞായറാഴ്ച വരെ അവധി ചോദിച്ചു. അടുത്ത ബന്ധുക്കളെ എല്ലാവരെയും വിവരമറിയിച്ചു. എല്ലാവര്‍ക്കും ഒത്തുകൂടി ഭക്ഷണം കഴിച്ച് പിരിയാം.

ഓരോര്‍ത്തര്‍ക്കുമുണ്ടായിരുന്നു വീടിനെക്കുറിച്ചുള്ള ഓര്‍മ്മകള്‍. വികാരനിര്‍ഭരമായ ചടങ്ങായിത്തീര്‍ന്നു അത്. ഇരുപത്തഞ്ചുവയസ്സുവരെ

ഞാൻ ജീവിച്ചത് ഈ വീട്ടിലായിരുന്നു. ഏണിമുറി ആയിരുന്നു എന്റെ സ്വന്തം മുറി. ഇവിടെയിരുന്നാണ് ഞാൻ എഴുത്തിനെക്കുറിച്ച് സ്വപ്നംകണ്ടത്. എന്റെ ആദ്യത്തെ കഥകൾ എഴുതിപ്പിടിപ്പിക്കുമ്പോൾ കാവൽനിന്ന ചുമരുകളാണ്.

വന്നവരെല്ലാവരും വീട്ടിന്റെ മുറ്റത്തുനിന്നു. ഫോട്ടോഗ്രാഫർ വീട്ടിന്റെ പശ്ചാത്തലത്തിൽ ഞങ്ങളെ പകർത്തി. എല്ലാവർക്കും ഫോട്ടോ അയച്ചുകൊടുക്കാമെന്ന് ഞാൻ വാഗ്ദാനം നല്കി. വീട്ടിന്റെ മുറ്റത്തിരുന്ന് ഞങ്ങളെല്ലാപേരും ഭക്ഷണം കഴിച്ചു. പിന്നെ ആളുകൾ ഓരോരുത്തരായി പിരിഞ്ഞുതുടങ്ങി.

സന്ധ്യയാകാൻ തുടങ്ങുന്നു. വീട് പൊളിക്കാൻ വരുന്ന ആൾക്ക് താക്കോൽ കൈമാറണം. അയാളെയും കാത്ത് നില്പാണ് ഞാൻ. നിലാവ് പരന്നുതുടങ്ങി. കിണറ്റിൻകരയിൽനിന്ന കല്യാണസൗഗന്ധികം എന്ന് ഞങ്ങൾ വിളിക്കുന്ന ചെടി മാസ്മരികമായ ഗന്ധംപരത്തി. പണ്ടെന്നോ ചേച്ചി നട്ട ചെടിയായിരുന്നു അത്.

നിലാവ് മായാനും കാർമേഘം പടരാനും തുടങ്ങിയത് പെട്ടെന്നാണ്. കോരിയൊഴിച്ചപോലെ ഇരുട്ട് അവിടമാകെ നിറഞ്ഞു. പിന്നാലെ അരിച്ചരിച്ച് മഴയെത്തി. മുറിതുറന്ന് അകത്തേക്ക് കയറിനില്ക്കാ വുന്നതേയുള്ളൂ. പക്ഷേ, റോഡിലേക്ക് നടക്കാനാണ് തോന്നിയത്. പകൽപോലെ തെളിഞ്ഞ മിന്നൽ വെളിച്ചത്തിലും ഭൂമികുലുങ്ങുന്ന ഇടിയൊച്ചയിലും ഞാൻ നടുങ്ങി. മരക്കൊമ്പ് അടർന്നുവീഴുമ്പോലെ നേർത്ത ശബ്ദംകേട്ട് തിരിഞ്ഞുനോക്കി. അവസാനിച്ചിട്ടില്ലാത്ത വെളിച്ചത്തിൽ വീട് ഒരു ഞരക്കത്തോടെ നിരങ്ങി മണ്ണിനോട് ചേരുന്നത് ഞാൻ കണ്ടു. അവിടെനിന്നും പൊടിപടലത്തിന്റെ കൂന ആകാശത്തേ ക്കുയർന്നു. പിന്നെ അതും ഇല്ലാതായി. വീട് എന്തോ എന്നോട് പറയാൻ ശ്രമിച്ചിരുന്നു എന്ന് എനിക്ക് തോന്നി. അതെനിക്ക് മനസ്സിലായില്ല. ഒരുപക്ഷേ പിന്നീടൊരിക്കൽ മനസ്സിലാകുമായിരിക്കും.

മഴ, ഉറുമ്പ്, മണ്ണിര

ഇടവപ്പാതി തകർക്കുന്നു. എങ്ങും ജലപ്രദേശങ്ങൾ. ഭൂമിയുടെ അട രുകളിൽനിന്നും ജലം സ്രവിച്ചുകൊണ്ടിരുന്നു. സൂര്യൻ മേഘപ്പുതപ്പുകൾ തലവഴി വലിച്ചിട്ട് ഉറങ്ങിക്കിടന്നു. അതിൽനിന്നും മഴയുടെ വെള്ളിക്കു പ്പായം ഭൂമിയിലേക്കൂർന്നു വന്നു.

ചാണകം മെഴുകിയ ആ വീടിനെ മഴ ശരിക്കും പരീക്ഷിച്ചുകൊണ്ടി രുന്നു. ഓലകളെ കാറ്റ് പീലിപോലെ വിടർത്തി വച്ചു. വെയിലിൽ വട്ടവെ ളിച്ചം വീഴ്ത്തുന്ന സുഷിരങ്ങളെ ജലം കണ്ടെടുത്തു. അതിലൂടെ നനഞ്ഞ് ഒരു മഴത്തുള്ളി. പിന്നാലെ വീണ്ടും തുള്ളികൾ. അതിനെ തറ ആദ്യം ഒപ്പിയെടുത്തു. പിന്നെയൊരു ജലവൃത്തം രൂപപ്പെട്ടു.

വീട്ടിലേക്ക് ചാഞ്ഞുനിന്ന മുരിങ്ങമരത്തിന്റെ കൊമ്പിനെ കാറ്റടർത്തി നിലത്തിട്ടു. വാഴകളെ ബലപ്പെടുത്തുന്ന ഊന്നിന്മേൽനിന്ന് പറിച്ചുകള യാൻ കാറ്റൊരുങ്ങി. വാഴയിലകളെ നൂറായി കീറിവച്ച് ഹാർമോണിയം വായിച്ചു. മഴ കാറ്റിന്റെ ദിശയിൽ നൃത്തം വച്ചു.

വീടിന്റെ പുറകിൽ ചാമ്പൽ ചായ്പ്പിനടുത്ത്, ഒരു പൊത്തിനുള്ളിൽ ഒരുകൂട്ടം ചോനനുറുമ്പുകൾ പാർത്തിരുന്നു. കോഴിക്കൂട് അടുത്തായതി നാൽ സുഭിക്ഷമായി കഴിയാനുള്ളത് അവർക്ക് ലഭിച്ചിരുന്നു. മഴക്കാലമ റിഞ്ഞ് ഉറുമ്പുകൾ സുരക്ഷിതസ്ഥാനം തേടി പുറപ്പെട്ടു. അപ്പോഴും കുറ ച്ചുറുമ്പുകൾ പഴയ വാസസ്ഥാനം ഉപേക്ഷിക്കാൻ തയ്യാറാകാതെ, പോയ വരെയും നോക്കിനിന്ന് നെടുവീർപ്പിട്ടു.

മഴക്കാലം അവരെ പരിഭ്രമിപ്പിച്ചു.

"നമുക്കും പോകേണ്ടതായിരുന്നു" ഉറുമ്പിൻകൂട്ടത്തിൽ ഇളപ്പമുള്ള ഒന്നുരണ്ടുപേർ പറഞ്ഞു.

"ഭക്ഷണം കഴിച്ചിട്ടിപ്പോ ദിവസം രണ്ടായി. വെശന്ന് ചത്തുപോക

ത്തേയുള്ളൂ." കോഴിക്കൂടിരുന്നിടത്തേക്ക് നോക്കി ഒരുത്തൻ പരിതപിച്ചു. "അവിടെയെല്ലാം മഞ്ഞജലം പരന്നൊഴുകുകയാണ്. കൂട്ടിലേക്ക് ഈർപ്പ ത്തിന്റെ ഭീതി വന്നിരുന്നു. ഒരുനാൾ കൂടി മഴനീണ്ടാൽ ഉറുമ്പിൻ കൂടിനെ വെള്ളമെടുക്കും."

"കോഴികൾക്കെന്തു സുഖമാണ്. അവയിപ്പൊ അടുപ്പിനടുത്ത് ചൂടു കൊണ്ട് കിടക്കുകയാവും." കുഞ്ഞുറുമ്പ് പറഞ്ഞു.

വയസ്സനുറുമ്പ് ഒന്നും പറഞ്ഞില്ല. തണുപ്പുകൊണ്ട് വിറയ്ക്കുകയാ യിരുന്നു. ഇതുപോലൊരു മഴ തന്റെ ജീവിതത്തിലുണ്ടായിട്ടില്ലെന്ന് വയസ്സൻ ഓർത്തു.

ചെറുപ്പക്കാരനുറുമ്പിന്റെ ഒച്ചകേട്ട് എല്ലാവരും ഓടി വന്നു. അവൻ മുങ്ങിപ്പോയെന്നാണ് കരുതിയത്. അവനൊരു മണ്ണിരയെ പിടികൂടിയതാ യിരുന്നു. മണ്ണിര നീണ്ട ശരീരത്തെ പിടപ്പിച്ച് അലറിക്കരഞ്ഞു. വിശപ്പിന്റെ വിളിയിൽ എറുമ്പുകൾ അതൊന്നും കേട്ടതേയില്ല. അവർ മുതുകത്തും തലയിലും വാലിലും പിടികൂടി കൂട്ടിലേക്ക്....... ഏലാം....ഐലസാ.....ഐ ലസാ........ഐലസാ..... വയസ്സനുറുമ്പ് തണുപ്പിൽ വിയർത്തു.

അമ്മു വാതിൽപ്പടിയിൽ സങ്കടപ്പെട്ടിരിക്കുകയായിരുന്നു. ഒരാഴ്ച യായി മുറ്റത്തിറങ്ങി കളിക്കാൻ പറ്റുന്നില്ല. അതിലുമല്ല അവളുടെ സങ്കടം. ചുവപ്പും മഞ്ഞയും കാനച്ചെടികളത്രയും അഴുകിപ്പോയിക്കാണും. റോസാ ച്ചെടിയിലെ ഒരു പൂവ് മാത്രം ജലത്തിന് മുകളിൽ തലയുയർത്തിനിന്ന് അവളെ നോക്കി കരഞ്ഞു.

മഴേ.....മഴേ.....പോ....പോ.... മഴേ....മഴേ...പോ...പോ...

വെയിലേ.... വെയിലേ.... വാ.... വാ... വെയിലേ.... വെയിലേ...... വാ..... വാ....

കാൽവിരലിലെന്തോ സ്പർശിച്ചതറിഞ്ഞ് അവൾ നിലത്തേക്കു നോക്കി. മണ്ണിരയെയും വഹിച്ചുകൊണ്ടുള്ള ഉറുമ്പുകളുടെ അകമ്പടി യാണ്. "ഇതിനെയൊക്കെ വെള്ളം കൊണ്ടുപോകത്തേയുള്ളൂ....." അവൾ പരിതപിച്ചു. ചോനനുറുമ്പിന്റെ കൂടിനെ അവൾക്കറിയാമായിരുന്നു. അമ്മ കാണാതെ എറുമ്പുകൾക്ക് അരിയിട്ടു കൊടുക്കാറുള്ളതാണവൾ.

"പാവങ്ങൾ. രക്ഷപ്പെട്ടോട്ടെ." കളിവള്ളത്തിലേക്ക് അതിനെ പെറു ക്കിയെടുക്കുമ്പോൾ അവൾ വിചാരിച്ചു. വള്ളം വെള്ളത്തിനുമേലെ തെന്നി ത്തെന്നി തെങ്ങിൻചോട്ടിലെ വെള്ളക്കെട്ടിനെ ഒന്നുവലം വച്ച്...... കവി ഞ്ഞൊഴുകുന്ന തോട്ടിലേക്ക് ചാടി. അവ മറ്റൊരു കരയിലെത്തി സുഖ മായി ജീവിക്കും. അവൾ സ്വപ്നം കണ്ടു.

നേരം കറുത്തപ്പോൾ അച്ഛൻ വന്നു. കൈയിൽ പിടയ്ക്കുന്ന നെടു മീനുകൾ. അടുപ്പിന്റെ ചോട്ടിലിരുന്ന് അച്ഛൻ തണുപ്പകറ്റി. അടുപ്പിൽ അരി തിളച്ചു.

മീനറുക്കുന്നതും കണ്ട് അമ്മു ചായ്പ്പിൽ കുനിഞ്ഞിരുന്നു. ഒരു നെടുമീനിനെ കുറുകെ പിളർക്കുമ്പോൾ അതാ ഒരു മണ്ണിര, പിന്നെ കുറേ ഉറുമ്പുകൾ.

ജീവിതസുഗന്ധി

കയറിനെ മരത്തിന്റെ ബലത്തകൊമ്പിൽ ബന്ധിച്ച്, എതിരറ്റത്തെ കുരുക്കാക്കി മുറുക്കി. ഇനി കയറിനെ തിരിച്ചു പിടിച്ചതായി സങ്കല്പിച്ചാൽ അതൊരു ചോദ്യചിഹ്നമാകുകയും ഇതേ രീതിയിലായാൽ ഒരാശ്ചര്യചിഹ്നമാ കുകയും ചെയ്യും. കുരുക്കിനെ മുറുക്കി, താഴേക്ക് വലിച്ച് ബലപരിശോധന നടത്തി. കഴുത്തിനെ ഉത്തരരൂപത്തിനുള്ളിൽ കടത്തുകയാണിനി വേണ്ടത്. കയറിന്റെ ബലമളക്കാൻ തുട ങ്ങിയപ്പോഴാണ് മരം പൂക്കൾ പൊഴിക്കാൻ തുടങ്ങിയത്. മഴപോലെ പൂവുകൾ.... പൂ വുകൾ... കൈവെള്ളയിലായി പ്പോയ പൂവിനെ മണത്തുനോക്കി. മൂക്കിന്റെ ഇരുണ്ട ഗുഹയ്ക്കുള്ളി ലേക്ക് ജീവിതത്തിന്റെ സുഗന്ധപ്രയാണം.....

കുരുക്കിനുള്ളിൽ കൈകടത്തി പഴയൊരു പാട്ടുംപാടി, അവൻ ഊഞ്ഞാലാടാൻ തുടങ്ങി.

മരമപ്പോഴും പൂവുകൾ പൊഴിച്ചുകൊണ്ടിരുന്നു....

മണ്ണ് പറഞ്ഞ കഥ

ഒരിടത്ത് ഒരച്ഛനും മകനും ജീവിച്ചിരുന്നു. അച്ഛന്റെ പേര് ഔസേ പ്പെന്നും മകന്റെ പേര് ജോണിക്കുട്ടിയെന്നുമായിരുന്നു. ഒറ്റമോനായിരുന്നു ജോണിക്കുട്ടി. ഒന്നായാലും ഉലക്കയ്ക്കടിച്ചു വളർത്തണമെന്നൊന്നും ഔസേപ്പിനറിയില്ലായിരുന്നു. അമ്മയില്ലാത്ത കുട്ടിയുമാണ്. അതിനാൽ ഔസേപ്പവനെ ആകാശത്തിൽ വച്ച് വളർത്തി.

അദ്ധ്വാനിയായിരുന്നു ഔസേപ്പ്. ഭൂമിയിലായിരുന്നു അദ്ധ്വാനം. ഇര കടിക്കുമെന്ന് ഭയന്ന് ഔസേപ്പ് ജോണിക്കുട്ടിയെ മണ്ണിൽ തൊടീച്ചില്ല. കടൽമണ്ണ് പോലെ വെളുത്ത കൈകളിൽ തഴമ്പ് വീഴുമെന്ന് കരുതി തൂമ്പാ തൊടീച്ചില്ല. നീരിറങ്ങുമെന്ന് കരുതി മഴയോ, കരുവാളിക്കുമെന്ന് കരുതി വെയിലോ കൊള്ളിച്ചില്ല. ഔസേപ്പ് മണ്ണിൽ കിളച്ചു. മഴയത്ത് നനഞ്ഞു. വെയിലത്ത് വിയർത്തു.

ഔസേപ്പിനിപ്പൊ പ്രായമായി. ചുമയും കൊരയുമായി. തൂമ്പാ കൈയിൽ നിക്കാതായി. വീട്ടിന്റെ ഉമ്മറത്തിരുന്ന് രാത്രി രാത്രി ചുമച്ച് തുപ്പി.

ജോണിക്കുട്ടി പതിവുപോലെ ഷർട്ടും തേച്ചിട്ട് സ്പ്രേയുമടിച്ച് പുറ ത്തിറങ്ങി. അപ്പൊത്തന്നെ സുഹൃത്തിന്റെ കാറുമായിവന്നു. അതിന്റെ പുറ കിലിരുന്ന് സിഗരറ്റിന് തീ കൊടുത്തു.

ഔസേപ്പിന് സങ്കടം വന്നു. കാര്യമായ സമ്പാദ്യമൊന്നും കൈയി ലില്ല. അറിഞ്ഞു പെരുമാറേണ്ട ചെക്കനിങ്ങനെയായാൽ? അപ്പൻ മകനെ ഗുണദോഷിക്കാൻ ചെന്നു. "എന്നെ എന്നാപ്പിന്നെ ആദ്യമേ കിളയ്ക്കാൻ വിട്ടാപ്പൊരായിരുന്നോ? എന്നാത്തിനാ പഠിപ്പിച്ചത്? തൂമ്പാപ്പണിക്കിനി പോവാൻ പറ്റ്വോ?" താൻ ചെയ്തത് വലിയൊരു അപരാധമാണെന്ന് അപ്പനു തോന്നി. പോയബുദ്ധി പിടിച്ചാ കിട്ടില്ലല്ലോ. പഠിപ്പിച്ചുപോയത്

പഠിപ്പിച്ചു പോയി.

ഒരുദിവസം ജോണിക്കുട്ടി ഒരു പെങ്കൊച്ചിനേം കൊണ്ട് വന്നു. "അപ്പാ, ഇതെന്റെ ഭാര്യയാണ് മകൻ പരിചയപ്പെടുത്തി." രജിസ്ട്രാഫീ സീന്ന് കല്യാണം നടത്തി വന്നിരിക്കുകയാണ്. ഏതോ വലിയ വീട്ടിലെ കൊച്ചാണ്. ജോണിക്കുട്ടീടെ ചൊവന്ന മുഖോം വെളുത്തചിരീം കണ്ടിട്ട് എറങ്ങി വന്നതാണ്. ഇതധികകാലം പോവത്തില്ലെന്ന് ഔസേപ്പപ്പഴേ കൂട്ടി ക്കിഴിച്ചു. അത്ഭുതമൊന്നുമേ സംഭവിച്ചില്ല. ഒരു കൊച്ചായിക്കഴിഞ്ഞ് അവ ളവളുടെ പാട്ടിന് പോയി. കൊച്ചിനെയൊന്നും എടുക്കാൻ മെനക്കെട്ടില്ല. വീട്ടുകാർ പണച്ചാക്കാണ്. പൊന്നും പണ്ടോമിട്ട് അതിനെ വീണ്ടും കെട്ടി ച്ചുവിട്ടു.

ഇതോടെയാണ് ജോണിക്കുട്ടിയിൽ പ്രകടമായ മാറ്റം വന്നത്. അവ നിൽ അഭിമാനബോധമുണർന്നുവെന്നും, ഇനിയവൻ രക്ഷപ്പെടുമെന്നും അപ്പൻ പ്രതീക്ഷിച്ചു. പണമുണ്ടാക്കണമെന്നാണ് അവന്റെ ചിന്തയെന്ന റിഞ്ഞപ്പോത്തൊട്ട് അപ്പന് ആധിയായി. ഔസേപ്പിന്റെ പഴയബുദ്ധി വച്ച് ചിലതെല്ലാം പറഞ്ഞുനോക്കി.

"നാടോടുമ്പം നടുവേ ഓടണം അപ്പാ. നോക്കിക്കോ ഒന്നു രണ്ടു വർഷം കഴിയട്ടെ. ജോണിക്കുട്ടിയെ പിന്നെ കാണാൻ കിട്ടത്തില്ല."

പെട്ടെന്നൊരു ദിവസം ജോണിക്കുട്ടിയെ കാണാതായി. രണ്ട് ദിവസം ഔസേപ്പ് കാത്തു. ചെലപ്പൊയിങ്ങനെ വരാതിരിക്കാറുണ്ട്. ചെറുമകൻ ചെക്കന്റെ കരച്ചിൽ കണ്ടപ്പോ, ഔസേപ്പിന് ഇരിക്കപ്പൊറുതി മുട്ടി. ഔസേപ്പ് അവനേം കൂട്ടി ചേലോക്കാരൻ മൊതലാലീടെ വീട്ടീച്ചെന്നു.

"അവനെ ഞാനിന്നലെമൊതലേ തെരക്കുവാണേ. ഞങ്ങളെ കൊറച്ച് കാശും അവന്റെ കൈയിലൊണ്ടേ- കൂട്ടത്തീ പറഞ്ഞന്നേയുള്ളു. കാര ണവർ, അവന്റെ കൂട്ടുകാരുടെ വീട്ടിലെങ്ങാനുമൊന്ന് തെരക്ക്. കണ്ടാ എന്നേം അറീക്ക്." ചേലോക്കാരൻ ഉപദേശിച്ചു.

വർഷമിപ്പോ ഒന്നായി. നടന്നു നടന്ന് ഔസേപ്പിന്റെ ശരീരം വില്ലു പോലെ വളഞ്ഞു. ജോണിക്കുട്ടിയെ മാത്രം കിട്ടീല. ജോണിക്കുട്ടിയെ കാണാതായതുമൊതല് പൈസാ ചോദിച്ച് പലരും വീട്ടിൽ കയറിയിറ ങ്ങി. ഔസേപ്പിന് പലരേം പരിചയമില്ല; കൊടുക്കാൻ കൈയിൽ കാശു മില്ല. വന്നവർ വീട്ടിലൊണ്ടായിരുന്ന ചെറിയ വില കിട്ടുന്ന സാധനങ്ങൾ വരെ എടുത്തോണ്ടുപോയി.

ചേലോക്കാരൻ അറിയാതെ ജോണിക്കുട്ടി എങ്ങും പോവത്തില്ലെന്ന് ചെലര് പറഞ്ഞു. ചേലോക്കാരന്റെ വിശ്വസ്തനായിരുന്നല്ലോ ജോണി ക്കുട്ടി.

ഔസേപ്പ് വീണ്ടും ചേലോക്കാരന്റെ വീട്ടിൽ ചെന്നു. മൊതലാലി ഒറക്കത്തിലാണ്. ഔസേപ്പ് മുറ്റത്ത് കുത്തിയിരുന്ന്, നെടുവീർപ്പിട്ടു. അവി ടുത്തെ മണ്ണിന്റെ സുപരിചിതത്വം ഔസേപ്പിനെ ശ്രദ്ധാലുവാക്കി. ഔസേ പ്പിന്റെ ചിരകാല സുഹൃത്താണത്. ഔസേപ്പ്, മുട്ടുകുത്തി മണ്ണിനെ മൂക്കി നോടടുപ്പിച്ചു.

'അപ്പാ...... അപ്പാ.....'

ആരോ വിളിച്ചതുപോലെ ഔസേപ്പിനു തോന്നി. അയാള്‍ ചെവി വട്ടംപിടിച്ചു. അയാളുടെ ചെവി വളരെ പഴകിപ്പോയതായിരുന്നു.

മകന്‍ വീണ്ടും വിളിച്ചു. അപ്പന്‍ ഒന്നും കേട്ടില്ല. അവന്റെ ശബ്ദ ത്തില്‍ ഗദ്ഗദം നിറഞ്ഞുനിന്നു. കാറ്റായിവന്ന് അവന്‍ അപ്പനെ തൊട്ടു.

അപ്പോഴേക്കും ചേലോക്കാരന്‍ പ്രത്യക്ഷപ്പെട്ടു. ഔസേപ്പ് മകനെ ചോദിച്ചു. ചേലോക്കാരന്‍ കൈമലര്‍ത്തി കാട്ടി. ജോണിക്കുട്ടീടെ മകനെ അടുത്തുവിളിച്ച് മുഖത്ത് തലോടി. നൂറുരൂപേടെ നോട്ട് പോക്കറ്റിലിട്ടു കൊടുത്തു.

"നമുക്കിന്നൊരു തുമ്പാ വാങ്ങണം."

ചേലോക്കാരന്റെ ഗേറ്റു കടന്നപ്പൊ, ഔസേപ്പ് ചെറുമകനോട് പറ ഞ്ഞു.

"എന്തിനാ അപ്പാപ്പാ?"

"നമുക്കിന്നൊരു കൂറ്റന്‍ മതിലു ചാടണം. രാത്രീല്‍. എന്നിട്ടൊരിടം കിളയ്ക്കണം. പേടീണ്ടോ?"

"എനിക്ക് പേടീന്നൂല്ല."

വീഴാന്‍പോയ അപ്പാപ്പനെ അവന്‍ മുറുകെപ്പിടിച്ചു.

അതേസമയം ചേലോക്കാരന്‍ ചില കുണ്ഠിതങ്ങളില്‍പ്പെട്ട് നടംതി രിഞ്ഞു. ഒടുവില്‍ തന്റെ വിശ്വസ്തരായ രണ്ട് അനുചരരെ വിളിച്ച് ഇപ്ര കാരം പറഞ്ഞു: "നമ്മള്‍ മുറ്റത്തു കുഴിച്ചിട്ട സാധനമില്ലേ, മുളച്ചു കയറി വന്നാലോ? കാലം മോശമാണേ! അതോണ്ട് തോണ്ടിയെടുത്ത് വല്ല ആറ്റിലോ കൊളത്തിലോ കെട്ടിത്താഴ്ത്തിക്കോണം; ഇന്നു രാത്രിതന്നെ."

വീട് മൊഴി

തെങ്ങും കവുങ്ങും വാഴക്കൂട്ടവും നിറഞ്ഞ വിശാലമായ പറമ്പി ലിരിക്കുന്ന വീടായിരുന്നു. ഓടുകൊണ്ടുള്ള മേല്ക്കൂര. തേക്കുകൊണ്ടുള്ള വാതിലുകൾ, മൂന്നുനാല് മുറികൾ. ശുദ്ധമായ വായു. ഓഫീസിലെ പ്യൂൺ അഹമ്മദാണ് അവർക്കാ വീട് കാട്ടിക്കൊടുത്ത്. അവരെന്നാൽ അയാ ളും സുഗുണനും. പുതുതായി അവിടേക്കു നിയമനം ലഭിച്ചു വന്ന രണ്ട് ക്ലാർക്കുമാരായിരുന്നു അവർ.

അധികം വാഹനങ്ങളോ ജനപ്പെരുപ്പമോ ഇല്ലാത്ത കുഗ്രാമമായി രുന്നു അത്. അന്നാട്ടുകാരല്ലാത്തവർ വളരെ വിരളം. അന്യനാട്ടുകാരായ വർ മുട്ടകൾ പതുങ്ങിയിരിക്കുന്ന ഓഫീസിലെ മേശപ്പുറത്ത് ഉറങ്ങാൻ കിടക്കും. ട്രാൻസ്ഫർ ലഭിച്ചതായി ദിവസവും സ്വപ്നം കാണും.

രണ്ടു മുറികളുള്ള ഓഫീസിലെ മേശകൾ ഒന്നിലും ഒഴിവില്ലാത്ത കാലത്താണ് അവരവിടെ എത്തുന്നത്. വാടകവീടിനെപ്പറ്റി ചിന്തിക്കാൻ തുടങ്ങിയതങ്ങനെയാണ്. സ്ഥലവാസിയായ അഹമ്മദ് സഹായിയായി. "ചുളുവിന് ഒപ്പിച്ചുതരാം സാറേ.അഡ്വാൻസ് ഒന്നും കൊടുക്കേണ്ട. നമ്മുടെ ഒരാളാ വീടിന്റേം പറമ്പിന്റേം നോട്ടോം കാര്യോം. അതോണ്ടാ." പിന്നെ ശബ്ദം കുറച്ച് അഹമ്മദ് മന്ത്രിച്ചു. 'അഹമ്മദ് ഫലിപ്പിച്ചുന്ന് പറയരുതെന്ന് കരുതി പറയാണ്. ചെറിയ കുഴപ്പമുള്ള വീടാണ്. നാലുപേർ ആത്മഹത്യ ചെയ്തതാ. അച്ഛനും അമ്മയും രണ്ടു ചെറിയ പിള്ളാരും. അയാള് നാട്ടി ന്നെങ്ങാണ്ടോ ഓടിപ്പിടിച്ച് ജോലീം അന്വേഷിച്ച് വന്നതാ. കൊല്ലം ഒന്നു രണ്ടായി..... അന്നുമൊതല് പിന്നെ അടച്ചിട്ടിരിക്കാണ്. ഒടമസ്ഥനുള്ളത് തിരോന്തരത്താ.....'

"ഒരാള് മരിച്ചാപ്പിന്നെ ആ വീട്ടിലാരും താമസിക്കത്തില്ലേ അഹ മ്മദേ?" അയാൾ കളിയാക്കി.

"അതോണ്ടല്ലേ സാറേ. ദുർമ്മരണല്ലേ. വീട്ടീന്ന് രാത്രീല് ചെല ശബ്ദ ങ്ങളൊക്കെ കേക്കുന്നാ അതുവഴി പോണോര് പറയണത്."

"സുഗുണാ നമുക്കപ്പൊ കമ്പനിയായി. പ്രേതങ്ങളോട് മിണ്ടീം പറ ഞ്ഞുമൊക്കെ ഇരിക്കാമല്ലോ." അയാൾ തമാശപറഞ്ഞു.

നിരത്തിൽനിന്നും കാൽ കിലോമീറ്റർ കഴിഞ്ഞാൽ വീടായി. ചെങ്കല്ല് വെട്ടിയുണ്ടാക്കിയ വഴിയാണ്. കുന്നിന്റെ പുറത്താണ് വീടെങ്കിലും, ചെടി കളതിനെ ഒളിച്ചുവച്ചു. കുന്നിന്റെ മറുപുറമിറങ്ങിയാൽ നീർച്ചാലായി. ഐസുപോലെ തണുത്ത വെള്ളം. അതിൽ മുഖം നോക്കാം.

സുഭിക്ഷമായ ജീവിതം. ഇടയ്ക്കുവെച്ച് സുഗുണൻ സ്ഥലംമാറിപ്പോ യിട്ടും അയാളവിടെത്തന്നെ കൂടി. മദ്യപിക്കണമെന്ന് തോന്നുമ്പോൾ, അഹമ്മദ് കുപ്പിയും കപ്പയുമായെത്തി. നാട്ടിൽനിന്നും വന്ന നിരവധി സുഹൃത്തുകൾക്ക് വീട് ആതിഥ്യമരുളി. അരുവിയിൽ കുളിച്ചും തണു പ്പിൽ ലയിച്ചും അവർ മടങ്ങിപ്പോയി. നാട്ടിലേക്ക് നാലാം കൊല്ലം മടങ്ങു മ്പോൾ, അയാൾക്ക് ആ വീടുപേക്ഷിക്കാൻ മനസ്സുവന്നില്ല.

വീടിപ്പൊ അതുപോലെ നില്ക്കുന്നു.

അയാൾക്ക് അതിശയം തോന്നി. താൻ പണ്ടു മുൻചുവരിൽ പതി പ്പിച്ച സിനിമാനടിയുടെ ചിത്രംപോലും അവിടെയുണ്ട്.

"സാറിന് ഭാഗ്യോണ്ട്. കഴിഞ്ഞ ആഴ്ചയാ രണ്ടു പേരുണ്ടായിരുന്ന വര് പോയത്. എന്തോ ഗവേഷണത്തിന് പഠിക്കാനോ മറ്റോ വന്ന പിള്ളാരാ."

അഹമ്മദിനിപ്പോൾ കൂനലുണ്ട്. മുടി മുക്കാലും പോയിരിക്കുന്നു.

"പണ്ടത്തെ വാടകയൊന്നും അല്ല സാറേ. കുറച്ച് പൈസ അഡ്വാൻസും കൊടുക്കണം."

ആ വീടിനോടുള്ള മമത ഇപ്പോഴും അയാളിൽ അസ്തമിച്ചിരുന്നി ല്ല. വിവാഹം കഴിഞ്ഞ ഇടയ്ക്ക് കുറച്ചുനാൾ ഇവിടെ വന്ന് താമസിക്ക ണമെന്നും ആഗ്രഹിച്ചിരുന്നതാണ്. വീടിനെപ്പറ്റി പലവട്ടം ഭാര്യയോട് പറ ഞ്ഞിട്ടുമുണ്ട്. വാടകയും അഡ്വാൻസും അല്പം കൂടുതലാണെങ്കിലും താമസിക്കാൻ ഇതിലും നല്ലൊരിടമില്ലെന്ന് അയാൾ വിശ്വസിച്ചു.

മക്കൾ രണ്ടാൾക്കും ടി സി വാങ്ങി. മൂത്തമകൾക്ക് പതിനഞ്ചു കിലോ മീറ്റർ ബസ് യാത്രയുണ്ട്. ഇളയവൾക്ക് സ്കൂളിലേക്ക് അഞ്ചു കിലോമീ റ്ററും. മക്കൾക്ക് രണ്ടാൾക്കും ഇവിടമത്ര പിടിച്ചമട്ടില്ല. അവരെ ഇവിടെ കൊണ്ടുവരികയല്ലാതെ മറ്റൊരു പോംവഴിയും കണ്ടില്ല.

രാത്രിയിൽ പണ്ടത്തേതുപോലെ അയാൾക്കിപ്പോൾ ഉറക്കം കിട്ടു ന്നില്ല. മക്കളുടെ പഠിത്തം, വാടക, അമ്മയുടെ ചികിത്സ, കെ എസ് എഫ് ഇയിലെ ലോൺ, ഒരു റിക്കവറി – എന്നും രാത്രിയിൽ മനസ്സ് അലങ്കോല മായി കിടക്കും. രാത്രിയുടെ നിശ്ശബ്ദതയിൽ ഇവയോരോന്നായി ഉള്ളി ലേക്ക് റൂട്ടുമാർച്ച് നടത്തും. പിന്നെ ഉറക്കമില്ല. രാത്രിയിൽ പുറത്തുകൂടി ആരൊക്കെയോ നടക്കുന്നതായി തോന്നാൻ തുടങ്ങിയിട്ട് കുറച്ചുദിവസ മായി. അടക്കിപ്പിടിച്ച് സംസാരിക്കുന്നതു കാതുകൂർപ്പിച്ചാൽ കേൾക്കാം.

മയക്കത്തിനിടയിലെ ചില സ്വപ്നങ്ങളാണെന്നാണ് ആദ്യം കരുതിയത്.

വീണ്ടും രാത്രി. ചില ശബ്ദങ്ങൾ അയാളെ പിടിച്ചുണർത്തി. ഭാര്യ സുഖനിദ്രയിൽ. മക്കൾ രണ്ടാളും അടുത്ത മുറിയിൽ ഉറങ്ങുന്നു. തല യിണ കട്ടിൽ കമ്പിൽ വച്ച് ചാരിയിരുന്നത് ശ്രദ്ധിച്ചു. ഉവ്വ്. ആരോ അട ക്കിപ്പിടിച്ച് സംസാരിക്കുന്നുണ്ട്. സ്ത്രീയുടെയും പുരുഷന്റെയും ഒച്ചയാ ണ്. അയാളത് വ്യക്തമായി കേൾക്കുന്നുണ്ട്.

"ആലോചിച്ചിട്ട് തന്നാ കമലേ.... മറ്റൊരു മാർഗോം കാണുന്നില്ല."

സ്ത്രീയിപ്പോൾ മൂക്കുചീറ്റുകയാണെന്ന് തോന്നുന്നു. കയറുകട്ടിലു ലയുന്ന കിരുകിരുപ്പ്.

"എനിക്ക് പേടീണ്ടായിട്ടല്ല വിശേട്ടാ. കുട്ടികളെ ഓർത്തിട്ടാ. നല്ലതൊന്നും അവർക്ക് കൊടുക്കാൻപോലും പറ്റീട്ടില്ല........."

"ആഗ്രഹമില്ലാഞ്ഞിട്ടല്ലല്ലോ കമലേ..... അവർക്കതു വിധിച്ചിട്ടില്ല."

വിശ്വന്റെ ശബ്ദം നേർത്തിരുന്നു.

അയാൾക്ക് തലകറങ്ങുംപോലെ തോന്നി. കണ്ണ് ഇറുക്കെ അടച്ചു. ശബ്ദങ്ങൾ കൂടുതൽ തെളിവുറ്റതായി.

"നീ അവരെ വിളിക്ക്."

"എന്നിട്ട്."

"നീ തന്നെ കൊടുക്ക്. ഊണ് കഴിക്കുമ്പൊ തരാൻ മറന്നുപോയെന്ന് പറ."

സ്ത്രീയിപ്പോൾ വാ പൊത്തി.

"എനിക്ക് വയ്യ വിശേട്ടാ.... വയ്യ...... എന്റെ കുഞ്ഞുങ്ങള് ഇന്നലേം കൂടി പറഞ്ഞതാ പായസം വേണോന്ന്. എന്നിട്ടതില്....." കരച്ചിൽ ഉച്ച ത്തിലായി.

"ഞാനവരെ വിളിക്കട്ടെ."

"ഒരൂസം കൂടി.... നാളെ..... നാളെ..... ഞാൻ കൊടുത്തോളാം. എനി ക്കവരെ കണ്ടിട്ടു മതിയായിട്ടില്ല...."

പുരുഷനൊന്നും മിണ്ടുന്നില്ല.

സ്ത്രീ കരച്ചിൽ നിർത്തുന്നുമില്ല.

അയാൾ വിയർപ്പിൽ കുളിച്ചിരുന്നു. ഭാര്യയെ വിളിച്ചുണർത്തി. അവൾ അമ്പരപ്പോടെ എണീറ്റു. "നീ വല്ല ശബ്ദവും കേൾക്കുന്നുണ്ടോ? ആരോ കരയും പോലെ."

"ഏയ് ഞാനൊന്നും കേൾക്കുന്നില്ല. നിങ്ങള് വല്ല സ്വപ്നോം കണ്ട താവും." അലസമായിപ്പറഞ്ഞ് അവൾ പുതപ്പ് മുഖത്തേക്ക് മൂടി.

അയാൾ പിന്നെ ഉറങ്ങിയിട്ടില്ല.

പുലർച്ചെ അഹമ്മദിനെ കണ്ടു.

"അഹമ്മദേ..... എനിക്ക് മറ്റേതെങ്കിലുമൊരു വീട് വേണം. ഇന്നു തന്നെ....."

അഹമ്മദ് അയാളെ അമ്പുതത്തോടെയും കൗതുകത്തോടെയും നോക്കി.

മഴക്കാലം

ഇതുപോലൊരു മഴക്കാലം അയാളുടെ ജീവിതത്തിൽ ആദ്യത്തേ തായിരുന്നു. പത്തു ദിവസമായി തോരാതെ പെയ്യുന്ന മഴ. പറമ്പും മുറ്റവും മുഴുവൻ മഴവെള്ളംകൊണ്ട് നിറഞ്ഞു.

കിണറ്റിൽനിന്നും വെള്ളം കൈകൊണ്ട് മുക്കിയെടുക്കാൻ പാകത്തി ലായി. അയാൾ അത് ആഹ്ലാദത്തോടെ ഭാര്യയെ വിളിച്ചു കാണിച്ചു.

സ്കൂളുകൾക്കും ഓഫീസുകൾക്കും ഗവൺമെന്റ് രണ്ടു ദിവ സത്തെ അവധി പ്രഖ്യാപിച്ചിരിക്കുന്നു. നഗരത്തിൽ സുഹൃത്തുക്കളിൽ ചിലർ ഫോണിൽ ബന്ധപ്പെട്ടു. ഗ്രാമത്തിലെ അയാളുടെ സന്യാസജീവി തത്തെ കളിയാക്കുന്നവർ. രണ്ടു ദിവസം കൂടി മഴ പെയ്താൽ വീട്ടിൽ വെള്ളം കയറുമെന്ന് പരിഭ്രമത്തോടെ അവരറിയിച്ചു.

മഴയുടെ തണുപ്പിൽ ഒമ്പതുമണിവരെ കട്ടിലിൽ മൂടിപ്പുതച്ചു കിട ന്നു. ഉണരുമ്പോഴെല്ലാം മഴ പറഞ്ഞു — ഈ സുഖദമായ അന്തരീക്ഷം ഉറങ്ങാനുള്ളതാണ്. തുറന്നിട്ട ജനാലയിലൂടെ മഴവെള്ളം മുഖത്ത് മുട്ടാൻ തുടങ്ങിയപ്പോൾ അയാൾ എഴുന്നേറ്റു.

മുറ്റത്ത്, നിറയെ കായുള്ള മുരിങ്ങ മരത്തിന്റെ വലിയൊരു ശിഖരം അടർന്നു കിടക്കുന്നു. കാറ്റിൽ നിലംപൊത്തിയ വാഴകളെയും ഓമൽച്ചെ ടിയെയും പറ്റി ഭാര്യ വ്യസനത്തോടെ പറഞ്ഞു. ഈ മഴ എല്ലാരേം ഒന്നിച്ച് കൊണ്ടോവുന്നാ തോന്നണേ. ഭാര്യയുടെ അഭിപ്രായം അയാൾ നിസ്സംഗ മായി കേട്ടു.

പറമ്പിലൂടെ നടക്കുമ്പോൾ അത്ഭുതം! തെങ്ങിൻചുവട്ടിൽനിന്നും തെളിനീർജലം ഉറവപൊട്ടുന്നു. അയാൾ പറമ്പുമുഴുവൻ ആവേശ ത്തോടെ തിരഞ്ഞുനടന്നു. ഭൂമിയിൽനിന്നും ഫണം വിടർത്തി വരുന്ന ജലത്തിന്റെ കുഞ്ഞുകുഞ്ഞുറവകൾ. മുപ്പതു വർഷത്തെ ജീവിതത്തിൽ ഇതാദ്യമായിട്ടായിരുന്നു പുരയിടത്തിൽ ഊറ്റിരുന്ന് കാണുന്നത്.

നനഞ്ഞ വസ്ത്രങ്ങള്‍ മാറ്റി അയാള്‍ അടുക്കളയില്‍ ചെന്നു. അടു പ്പിന്റെ ചുവട്ടില്‍നിന്ന് കൈകള്‍ തീയില്‍ ഉണക്കി. ശരീരമാകെ വിറയ്ക്കു ന്നു. അയാളുടെ ഭാര്യ കോഴികള്‍ക്ക് തീറ്റ കൊടുക്കുകയായിരുന്നു. മഴ കാരണം അവയൊന്നും പുറത്തുവരുന്നില്ല.

ഉച്ചയ്ക്ക്, കൃത്യമായി പറഞ്ഞാല്‍ അഞ്ചുമിനിറ്റ് സൂര്യന്‍ വന്നു. പിന്നെ, വെല്ലുവിളിച്ചുകൊണ്ട് മറ്റൊരുമഴ. ഊണുകഴിഞ്ഞ്, സുഖനിദ്ര യിലേക്കു കടക്കുമ്പോള്‍ അയാളെ ഭാര്യ വിളിച്ചു. ഭയത്തോടെ അവള്‍ പറഞ്ഞു. തൊഴുത്തില്‍ ഒരാള്‍. കന്നുകാലികള്‍ ഒന്നുമില്ലാത്തതിനാല്‍, വിറകുസൂക്ഷിക്കുന്നത് തൊഴുത്തിലാണ്. വിറകുപെറുക്കാന്‍ ചെന്നതാ യിരുന്നു അവള്‍.

വെള്ളത്തില്‍ക്കുളിച്ച് നില്‍ക്കുന്ന ഒരു വയസ്സന്‍. പകുതിയടഞ്ഞ കണ്ണുകള്‍. കാലുകളില്‍ മുട്ടോളം വെളുത്തപാടുകള്‍. മഴയില്‍ വന്നടിഞ്ഞ ഒരു ജീവിയെപ്പോലെ അയാള്‍ നിന്നുവിറയ്ക്കുന്നു.

"എന്താ?"

ഉമ്മറത്തുനിന്നിറങ്ങാതെ ചോദിച്ചു. അയാള്‍ കേട്ടില്ല. ചോദ്യം ഒരി ക്കല്‍ക്കൂടി.

വയസ്സന്‍ തൊഴുതു.

"മഴ. കഴിഞ്ഞ ഒരാഴ്ചയായി തോരാത്ത മഴ. മുഴുവന്‍ നനഞ്ഞു. ഈ തുണിയൊന്ന് പിഴിഞ്ഞുടുക്കാര്‍ന്ന്." വയസ്സന്റെ ഉടുവസ്ത്രങ്ങളില്‍ നിന്നും ജലം ഇറയ്ക്കുന്നു.

അയാള്‍ക്ക് ഭയം തോന്നി.

തുണി എപ്പോഴുണങ്ങാനാണ്. അതിനിടയില്‍ ഇവിടെയെങ്ങാനും കിടന്ന്.......

"അതേ...... പട്ടിയെ മഴകാരണം കെട്ടാന്‍ കിട്ടിയില്ല. അതെപ്പഴാ കേറി വര്‍ന്ന് അറിയില്ല. പൊയ്ക്കോളൂ...." അയാള്‍ നുണ പറഞ്ഞു. വൃദ്ധന്‍ സമ്മതിച്ച് തലയാട്ടി. നനഞ്ഞ തുണികൊണ്ടുള്ള ഭാണ്ഡക്കെട്ടെടുത്ത്, തലയില്‍വച്ച് മഴയിലേക്കിറങ്ങി.

പിന്നീടയാള്‍ ഉറങ്ങിയില്ല. പത്രമെടുത്ത് നിവര്‍ത്തി. പത്രത്തില്‍ മഴ ക്കെടുതിയെക്കുറിച്ചുള്ള വാര്‍ത്തകള്‍ ധാരാളമുണ്ടായിരുന്നു. അയാള്‍ക്ക് പത്രത്തില്‍ മുഴുകാനായില്ല. ഒരസ്വസ്ഥത മനസ്സില്‍ ഉറവ പൊട്ടുന്നു. മഴ യില്‍നിന്നും വന്ന വൃദ്ധന്റെ രൂപം ഉള്ളില്‍നിന്നും ഇറങ്ങിപ്പോകുന്നതേ യില്ല. നാട്ടിന്‍പുറത്തെ ഓരോ വീടും അയാള്‍ക്ക് പരിചിതമായിരുന്നു. മഴയില്‍ അങ്കുരിച്ചു വന്ന ആ വൃദ്ധന്‍ ഇവിടത്തുകാരനല്ലെന്ന് അയാള്‍ക്ക തിനാല്‍ ഉറപ്പായിരുന്നു.

ഏഴുമണിക്കുള്ള വാര്‍ത്തയില്‍ വെള്ളത്തിനടിയിലായ പ്രദേശങ്ങ ളുടെയും താറുമാറായ ജീവിതത്തിന്റെയും ദൃശ്യങ്ങള്‍ നിരന്നു. ഒരാഴ്ച കൂടി പരക്കെ മഴ പെയ്യുമെന്ന് കാലാവസ്ഥ നിരീക്ഷകര്‍ വിലയിരുത്തു ന്നു. കാല്‍നൂറ്റാണ്ടിനിടയിലുണ്ടായ ഏറ്റവും വലിയ മഴയാണത്രെ ഇത്.

കട്ടന്‍ചായയുമായി ഭാര്യ വരുമ്പോള്‍, അയാള്‍ ഷര്‍ട്ടെടുത്തിട്ട് പുറ

ത്തേക്കിറങ്ങാൻ ഒരുങ്ങുകയായിരുന്നു. ഭാര്യ അയാളെ കൗതുകത്തോടെ നോക്കി. പുറത്ത് മഴയുടെ താണ്ഡവം തുടരുകയാണ്. ഒന്നും പറയാതെ അയാൾ പുറത്തേക്കിറങ്ങി.

തെരുവ് മനുഷ്യവാസമില്ലാത്ത പ്രദേശംപോലെ നിർജ്ജീവമായിരു ന്നു. കടത്തിണ്ണകളിലേക്ക് അയാൾ ടോർച്ചുതെളിച്ച് നോക്കി. അവിടെ മാകെ തെരുവുപട്ടികളുടെ വരുതിയിൽ ആയിരിക്കുന്നു. കവല മുഴുവൻ നടന്നുതീർത്ത് നിരാശനായി മടങ്ങുമ്പോൾ അയാൾ വിയർപ്പിൽ മുങ്ങി യിരുന്നു.

വീട്ടിലേക്ക് മടങ്ങുമ്പോൾ അയാൾ കുട മടക്കിവച്ചു. മഴയുടെ അസ ഹിഷ്ണുത ശരീരത്തിലനുഭവിച്ചു. ഇരുട്ടിലൂടെ നടക്കുമ്പോൾ മുഖത്തു കൂടി ഒഴുകിവന്ന മഴവെള്ളം വായിലേക്കിറ്റു വന്നു. അതിന് ഉപ്പുരസമാ യിരുന്നു.

മീനാക്ഷിടീച്ചറുടെ മകൻ

മീനാക്ഷിടീച്ചർക്കൊപ്പം പഞ്ചായത്ത് പ്രസിഡന്റ് രാവുണ്ണിയേട്ടൻ, മെമ്പർ മജീദ്, പുഷ്കലടീച്ചർ എന്നിവരാണ് ബോംബെയിൽ പോയത്. രാവുണ്ണിയേട്ടൻ അഞ്ച് കൊല്ലം ബോംബെയിൽ ഉണ്ടായിരുന്ന ആളാ ണ്. പഴയ ബന്ധങ്ങൾ ഇപ്പോഴുമുണ്ട്. മജീദ് ഒപ്പമുണ്ടെങ്കിൽ പത്താ ളിന്റെ ബലം ചെയ്യും. ആകാംക്ഷയോടെയാണ് ഞങ്ങൾ ഓരോ നിമി ഷവും തള്ളിവിട്ടത്.

ഇന്നലെ രാവിലെ മീനാക്ഷിടീച്ചർ അടിയന്തരമായി എന്നെ വിളി ച്ചു. "ഗോകുലേന്ദ്രൻ ഇന്നത്തെ നേത്രാവതീല് വരും. നീ പോയി കൂട്ടി ക്കൊണ്ട് വരണം. ഞാനൂടെ വന്നാൽ അവൻ ദേഷ്യപ്പെടും. വയ്യാതെ അമ്മയെന്തിനാ വന്നതെന്ന് ചോദിച്ച്." വൈകിട്ടൊരു എയർപോർട്ട് ഓട്ടം ഏറ്റിട്ടുള്ളതാണ്. അതിന് മറ്റൊരാളെ ചുമതലപ്പെടുത്താം. മീനാക്ഷിടീച്ചർ പറഞ്ഞാൽ നിഷേധിക്കാൻ വയ്യ. ടീച്ചറെന്നെ പഠിപ്പിച്ചിട്ടൊന്നുമില്ല. എങ്കിലും ടീച്ചറോട് വലിയ ബഹുമാനവും ആദരവുമാണ്. എനിക്ക് മാത്ര മല്ല, നാട്ടുകാർക്കെല്ലാം അങ്ങനെതന്നെ. അവർ ഇതെങ്ങനെ നേടിയെടു ത്തെന്നാണ് അത്ഭുതം. ഇന്നാട്ടിൽത്തന്നെ എത്രയോ ഹൈസ്കൂൾ ടീച്ചർമാരും പ്ലസ്ടു ടീച്ചർമാരും കോളേജ് അദ്ധ്യാപകരും ഉള്ളതാണ്. പഞ്ചായത്ത് പ്രസിഡന്റ് രാവുണ്ണിയേട്ടൻ കൈയൊഴിഞ്ഞ കേസുകൾ വരെ മീനാക്ഷിടീച്ചർ ഏറ്റെടുത്ത് പരിഹരിച്ചിട്ടുണ്ട്. "രാമചന്ദ്രാ, നിന്നെ പ്പോലെത്തന്നെ. ഗോകുലേന്ദ്രന് കുറച്ചൂടി നെറം വരും. നിനക്ക് കണ്ടു പിടിക്കാൻ ഒരു ബുദ്ധിമുട്ടും ഉണ്ടാവില്ല. നീ റെയിൽവേ സ്റ്റേഷനീ കാണൂന്ന് ഞാനവനോട് പറഞ്ഞിട്ടുണ്ട്."

ഗോകുലേന്ദ്രന്റെ വരവിനായി ടീച്ചറുടെ വീട് തയ്യാറെടുത്തിരുന്നു.

മാറാലയടിച്ച് പുതിയ പെയിന്റടിച്ചു. കിടക്കമുറി യോട് ചേർന്ന് ബാത്ത് റൂം പണിയിച്ചു. പുതിയ മെത്തയും വിരികളും വാങ്ങി. പുഷ്കലടീച്ചർ അടുക്കളയിൽ സഹായ ത്തിന് ചെന്നു. അവർക്ക് നന്നായി കോഴിക്കറി വയ്ക്കാനറിയാം. ഗോകു ലേന്ദ്രന് കോഴിക്കറി ജീവനാണ്. പായസം തയ്യാറാക്കിയത് മീനാ ക്ഷിടീച്ചറാണ്. വേല ക്കാരി കൗസു ഇഞ്ചി യും നാരങ്ങായും പരി

പ്പും വച്ചു. പപ്പടം പൊള്ളിച്ചു.

കുറേക്കൊല്ലത്തിന് ശേഷമാണ് ഗോകുലേന്ദ്രൻ നാട്ടിലേക്ക് വരുന്ന ത്. വിൻസെന്റ് സാർ മരിച്ചപ്പൊ അവന് നാട്ടീവരാൻ കഴിഞ്ഞില്ല. അമേ രിക്കയിൽ കമ്പനി ആവശ്യത്തിന് പോയതായിരുന്നു. അമേരിക്കയിലെ ഭീകരാക്രമണം കാരണം ഫ്ലൈറ്റുകളെല്ലാം താളംതെറ്റിയ സമയം. ഗോകുലേന്ദ്രന് അച്ഛന്റെ അന്ത്യകർമ്മങ്ങളിൽ പങ്കെടുക്കണമെന്ന അതി യായ ആഗ്രഹം. ടീച്ചർ അവനെ വിളിച്ച് സമാധാനിപ്പിച്ചു: "പോയ ആള്‍ ഇനി തിരിച്ചു വരത്തില്ലല്ലോ. ഇനിയും അച്ഛനെ ഇങ്ങനെ വച്ചേയ്ക്കാൻ പറ്റത്തില്ല മോനേ. ഇവിടെ എല്ലാത്തിനും നമ്മുടെ നാട്ടുകാരൊണ്ട്. നീയിനി ധൃതി പിടിക്കണ്ട. പതുക്കെ വന്നാമതി." ടീച്ചറ് പറഞ്ഞതു പോലെ, നാട്ടുകാരേ ഉണ്ടായിരുന്നുള്ളൂ, എല്ലാ കാര്യത്തിനും. വിൻസെന്റ് സാറിന്റെയോ മീനാക്ഷിടീച്ചറുടെയോ വീട്ടിൽനിന്നും ഒരു കുഞ്ഞും തിരി ഞ്ഞുനോക്കിയില്ല.

മീനാക്ഷിടീച്ചറുടേത് പ്രേമവിവാഹമായിരുന്നു. ഒരേ സ്കൂളിൽ രണ്ടാളും ജോലി നോക്കിയിരുന്നു. വീട്ടുകാർക്കൊക്കെ ശക്തമായ എതിർപ്പ്. എന്നിട്ടും പിന്തിരിഞ്ഞില്ല. സ്ഥലംമാറ്റം കിട്ടി ഇവിടേക്ക് വന്നത് പത്തുപതിനഞ്ച് കൊല്ലത്തിനിപ്പുറമാണ്. ഭൂമി വാങ്ങി വീടുപണിതു.

അയൽക്കാർ ഒറ്റയ്ക്കും തെറ്റയ്ക്കും മീനാക്ഷിടീച്ചറുടെ വീട്ടിനു മുന്നിൽ എത്തിത്തുടങ്ങിയിരുന്നു. ഗോകുലേന്ദ്രനെ കൂട്ടാൻ റെയിൽവേ സ്റ്റേഷനിൽ പോയതും, ട്രെയിൻ പോയിട്ടും അവനെ കാണാത്തതും കൂടിനിന്നവരോട് ഞാൻ പറഞ്ഞു. ടീച്ചർ അപ്പൊത്തന്നെ ഗോകുലേന്ദ്രനെ

ഫോണില്‍ ബന്ധപ്പെടാന്‍ ശ്രമിച്ചു. ഒരുപക്ഷേ, വരുമെന്നു പറഞ്ഞ ദിവസം ഇന്നായിരിക്കില്ല. ഇല്ലെങ്കില്‍ ട്രെയിന്‍ കിട്ടിക്കാണില്ല. ഞാന്‍ ടീച്ചറെ സമാധാനിപ്പിച്ചു.

പിന്നെയും ഒരു മണിക്കൂര്‍ കഴിഞ്ഞാണ് ടീച്ചറുടെ വീട്ടില്‍നിന്നും നിലവിളി ഉയര്‍ന്നത്. ബോംബെയിലെ കാര്‍ബോംബ് സ്ഫോടനത്തിലെ ആശുപത്രിദൃശ്യങ്ങള്‍ക്കിടയില്‍നിന്നും ഗോകുലേന്ദ്രന്റെ മുഖം ടീച്ചര്‍ കണ്ടെത്തിയിരുന്നു. ഞങ്ങള്‍ക്കത് വിശ്വസിക്കാനായില്ല. "ഇത് അവന്‍ തന്നെ. എനിക്കെന്റെ കുട്ടിയെ അറിയില്ലേ? എനിക്ക് പോണം. എന്റെ മോനെ കാണണം." ടീച്ചര്‍ അലമുറയിട്ടു.

ബോംബെയില്‍നിന്നും രാവുണ്ണിയേട്ടന്‍ വിളിച്ചു. ടീച്ചര്‍ ഗോകുലേ ന്ദ്രനെ തിരിച്ചറിഞ്ഞു. രാവിലത്തെ ഫ്ലൈറ്റിലെത്തും. വേണ്ട സജ്ജീക രണങ്ങളെല്ലാം നടത്തിക്കൊള്ളുക.

തരവന്‍ വാസുപിള്ള കൂടിനിന്നവരോട് ഗോകുലേന്ദ്രന് വേണ്ടി കല്യാണം നോക്കി നടന്നതിന്റെ കഥ വേദനയോടെ പറഞ്ഞു: "എത്ര പെണ്‍കുട്ടികളുടെ ഫോട്ടോയാ അവന് അയച്ചുകൊടുത്ത്. അവസാനം പിടിച്ചത് ഈ കുട്ടീനയാ." അയാള്‍ പെണ്‍കുട്ടീടെ ഫോട്ടോ കാട്ടിക്കൊ ടുത്തു. "എം സി എകാരിയാ. ബോംബെല്‍ കമ്പ്യൂട്ടറിലല്ലേ നല്ല ജോലി യുള്ളൂ. ടീച്ചര്‍ എന്നോട് ഞായറാഴ്ച പെണ്‍കുട്ടീടെ വീട്ടിപ്പോണകാര്യം പറഞ്ഞിരുന്നതാ."

ഗോകുലേന്ദ്രന്റെ മൃതദേഹം എത്തുമ്പോള്‍ നാട്ടുകാര്‍ മുഴുവന്‍ ആ വീട്ടുമുറ്റത്ത് എത്തിക്കഴിഞ്ഞിരുന്നു. ജനാവലിയെ നിയന്ത്രിക്കാന്‍ രാവു ണ്ണിയേട്ടനും മജീദും വല്ലാതെ ബുദ്ധിമുട്ടി. മൃതദേഹം കുഴിയിലേക്കെടു ക്കുമ്പോള്‍ ടീച്ചര്‍ ബോധരഹിതയായി.

സഞ്ചയനദിവസംവരെ ആളൊഴിഞ്ഞ നേരം ആ വീട്ടില്‍ ഉണ്ടായിട്ടി ല്ല. സഞ്ചയനം കഴിഞ്ഞ്, ടാര്‍പോളിനും കസേരയും മേശയും വണ്ടി യില്‍ കയറ്റാന്‍ തയ്യാറാക്കിവച്ച് ഞങ്ങള്‍ ഇരിക്കുകയാണ്. അപ്പോള്‍ രാവു ണ്ണിയേട്ടന്‍ ധൃതിയില്‍ അവിടേക്ക് കയറിവന്നു. കസേര വലിച്ച് ഞങ്ങ ളുടെ സമീപത്തിരുന്ന് ഒച്ചതാഴ്ത്തി പറഞ്ഞു:

"സംഗതിയാകെ കൊഴഞ്ഞമട്ടാ. ഞാനിന്ന് മീനാക്ഷിടീച്ചറുടെ വീട്ടി പ്പോയിട്ട് വരുന്ന വഴിയാ. ഒരു ചാക്കാല നടന്നിട്ട് ഒറ്റയൊരണ്ണത്തിനേം കാണാത്തോണ്ട് അന്വേഷിച്ച് പിടിച്ച് പോയത്. നേരീക്കണ്ട് രണ്ട് വര്‍ത്തമാനം പറയണോന്നുണ്ടായിരുന്നു. മനുഷ്യരായാല്‍ ഒരു വിട്ടു വീഴ്ച്ചേം മനുഷ്യപ്പറ്റൂക്കെ വേണ്ടേ? ഗോകുലേന്ദ്രന്‍ മരിച്ചെന്ന് പറ ഞ്ഞപ്പൊ അവര്‍ ചോദിക്കാ ഏത് ഗോകുലേന്ദ്രനെന്ന്? മീനാക്ഷിക്ക് മോനോ? അവള് പെറാതെങ്ങനെ മോനുണ്ടാവും? നാട്ടുമ്പൊറത്ത്കാരുടെ വര്‍ത്താനോല്ലേ. വാശീം വൈരാഗ്യം കൊണ്ടായിരിക്കുന്ന് ഞാന്‍ വിചാ രിച്ചു. സമാധാനത്തില്‍ സംസാരിച്ചു വന്നപ്പോ അവര്‍ പറഞ്ഞതിലെന്തോ

ഉണ്ടെന്ന് തോന്നി. 'മീനാക്ഷീടെ മോൻ ഗോകുലേന്ദ്രനെ നീങ്ങള് കണ്ടി
ട്ടൊണ്ടോ?' എന്നായി അവർ. എനിക്ക് തിരിച്ചൊന്നും പറയാൻ പറ്റീല.
നിങ്ങളാരെങ്കിലും....?"

രാവുണ്ണിയേട്ടന്റെ ചോദ്യം കേട്ട് ഞങ്ങൾ സ്തബ്ധരായിപ്പോയി.
ഞങ്ങളാരും ഗോകുലേന്ദ്രനെ കണ്ടില്ലെന്നത് നേരാണ്. ഫോട്ടോയും
കണ്ടിട്ടില്ല. വല്ലാത്തൊരാധി ഞങ്ങളെ വന്ന് പൊതിയുമ്പോൾ അകത്ത്
നിന്നും മീനാക്ഷിടീച്ചറുടെ നിലവിളി ഉയരുന്നു: "എന്റെ മോനേ, നീ
അമ്മയെ ഇട്ടേച്ച് പോയല്ലോടാ! എന്നെക്കൂടി നിനക്ക് കൊണ്ടുപോകാൻ
മേലായിരുന്നോടാ?"

മൂന്ന് സ്ത്രീകൾ

എപ്പോഴും കാറ്റ് മരങ്ങളെ ഇളക്കിക്കൊണ്ടിരുന്ന കുന്നിൻ ചെരുവി ലുള്ള ആ വീട്ടിൽ മൂന്ന് സ്ത്രീകളായിരുന്നു താമസക്കാർ. താഴേക്ക് വീഴാതെ വീട് ചെരുവിലെ ഭൂമിയെ ഇറുക്കെ പിടിച്ചിരിക്കുകയാണെന്ന് തോന്നിപ്പോവും. തെന്നിപ്പോന്നാൽ ഒരു മൈലോളം കുത്തിറക്കമാണ്. ഈ ചെരിവിൽ എങ്ങനെയൊരു വീട് പണിയാനായി എന്നത്, കാണുന്ന വരെ അതിശയപ്പെടുത്തിയേക്കും. പാറക്കല്ലും മരത്തിന്റെ ഉരുപ്പടികളും ഓടുമൊന്നും തനിയേ ആ കയറ്റം കയറിപ്പോവില്ലല്ലോ! വീടിന് കുറഞ്ഞത് പത്തറുപത് വർഷത്തെ പഴക്കം കാണും. വഴിയാണെങ്കിൽ കാൽനട യ്ക്കായി തെളിഞ്ഞിട്ടേയുള്ളൂ. അതിന് ആ വഴി അധികമാരും പോകാറി ല്ല. ആ വീടു കഴിഞ്ഞൊരു ആൾപ്പാർപ്പ് കാണണമെങ്കിൽ താഴെ നിരപ്പി ലേക്കു വരണം. അവിടെ ചത്തുപോയ നാണിയമ്മയുടെ മകൻ ശശി യാണ് താമസം. ഭാര്യ മക്കളെയും കൂട്ടി പിണങ്ങിപ്പോയതിൽ പിന്നെ അവനിവിടെ ഒറ്റയ്ക്കാണ്. സ്ത്രീകളുടെ വീടിന് മുകളിലേക്ക് പോയിട്ടും കാര്യമില്ല. അവിടെ കാട്ടുമരങ്ങളും കുറ്റിച്ചെടികളും മത്സരിച്ച് വളരുന്നു. അതിനിടയിൽ ചുള്ളിപെറുക്കാൻ പോയപ്പോഴാണ് നാണിയമ്മയെ വെള്ളി ക്കെട്ടൻ പാമ്പ് കടിച്ചത്.

അച്ഛൻ മരിക്കുമ്പോൾ സ്ത്രീകളിൽ മൂത്തവൾക്ക് പ്രായം അമ്പ ത്തിയഞ്ചിനോടടുത്തിരുന്നു. മുടി ഒന്നൊഴിയാതെ നരച്ച് മുഖത്ത് ചുളി വുകൾ വീണ അവരെ കണ്ടാൽ പ്രായം പിന്നെയും എത്രയോ തോന്നും. മൂന്നുപേരിലും വച്ച് തടിച്ചതും സുന്ദരിയും അവരായിരുന്നു. ഇളയവർ രണ്ടുപേരും ഇരട്ടപെറ്റപോലിരുന്നു. പല്ലുകൾ മുന്നോട്ടുന്തി മെലിഞ്ഞ് ചന്തമൊന്നുമില്ലാത്തവരായിരുന്നു അവർ.

നാണിയമ്മയെ കൂടാതെ ആ വീട്ടിലേക്ക് എത്തിയിരുന്നത് സ്ത്രീക

ളുടെ ഒരമ്മാവനായിരുന്നു. അയാൾ പലപ്പോഴും കുടയും പിടിച്ച് കുന്ന് കയറിപ്പോകുന്നത് കാണാം. വൈകിട്ടാകുമ്പോൾ മടങ്ങുകയും ചെയ്യും. അയാളെന്തോ അത്ര നല്ല പുള്ളിയല്ലെന്നാണ് നാണിയമ്മ ശശിയോട് പറഞ്ഞിട്ടുള്ളത്. പെണ്ണുങ്ങളുടെ അച്ഛൻ മരിച്ചതുമുതലാണ് അയാളി ങ്ങനെ വന്നുപോകുന്നത്.

സന്ധ്യ കഴിഞ്ഞിട്ടും കാണാതായാൽ ശശി കറച്ചുട്ടും കെട്ടി നാണി യമ്മയെ വിളിക്കാനായി അവിടെ ചെന്നിരുന്നു. മൂന്നുപേർ താമസിക്കുന്ന ഒരു വീടിന് തക്ക ആൾപ്പെരുമാറ്റമൊന്നും അവിടുണ്ടായിരുന്നില്ല. സ്ത്രീക ളിലാരെങ്കിലും അവനോടൊന്ന് സംസാരിക്കുകയോ നോട്ടത്തിലൂടൊന്ന് പരിഗണിക്കുകപോലുമോ ചെയ്തിരുന്നില്ല - ഒരിക്കൽപ്പോലും. ശശിയെ അത്ഭുതപ്പെടുത്തിയിരുന്ന വിചിത്ര ജീവികളായിരുന്നു അവർ. അങ്ങനെ യൊരു നാളിലാണ് നാണിയമ്മയെ പാമ്പ് കടിച്ചതും മൂന്നാംനാൾ മരി ച്ചതും.

നാണിയമ്മയുടെ മരണത്തിനുശേഷം വീട്ടാവശ്യത്തിനുള്ള സാധ നങ്ങൾ വാങ്ങാനായി റോഡിലേക്ക് വന്നിരുന്നത് ഇളയ രണ്ടു പെണ്ണു ങ്ങളും ചേർന്നാണ്. എത്രയോ നാളായി അവർ വന്നുപോകുന്നു. അവ രുടെ സാന്നിദ്ധ്യം ആരുടെയെങ്കിലും സവിശേഷമായ ശ്രദ്ധയ്ക്കിടയാ ക്കിയതായി അറിവില്ല. രണ്ടുമൂന്നാഴ്ചത്തേക്കുള്ളത് ഒരുമിച്ച് വാങ്ങിപ്പോ കാറാണ് അവരുടെ പതിവ്. തലയിലും ഇടുപ്പിലുമായി സാധനങ്ങൾ ചുമന്ന് സ്ത്രീകൾ കയറ്റം കയറിപ്പോവും. അന്ന് റോഡിൽ കണ്ട കാഴ്ച കളെക്കുറിച്ചാവും മിക്കപ്പോഴും അവരുടെ സംസാരം.

"വെള്ളിക്കോട്ടെ ഉത്സവമായീന്ന് തോന്നണത് -ല്ലേച്ചി? കുരു ത്തോലേം കമാനോക്കെ കെട്ടീരിക്കണ്."

"അമ്മോടൊത്ത് പണ്ട് ഉത്സവത്തിന് പോയത് ഓർമ്മേണ്ടോ?"

"ചെറുതായിട്ട്."

"അന്നൊരു ബാലേണ്ടായിരുന്നു. നീയൊറക്കം. രാവിലെ നിന്നേം ചൊമന്നാ അമ്മ തിരിച്ച് വന്നത്."

രണ്ടാളും ഇത്തിരിനേരം നിന്ന് കിതപ്പറ്റി.

ഏറ്റവും ഇളയവളുടെ പേരെന്തെന്നൊന്നും ശശിക്കറിയില്ല. ഭാര്യ പിണങ്ങിപ്പോയി, പിന്നെയും കുറെനാൾ കഴിഞ്ഞ്, അവന് അവളിലൊരു താല്പര്യം തോന്നി. സ്ത്രീകൾ റോഡിലേക്കു പോകുന്ന ദിവസങ്ങളിൽ ശശി വഴിയിൽ കാത്തുനിന്നു. അവളെ ആകർഷിക്കാനായി ചൂളംകുത്തു കയും കണ്ണടിച്ച് കാണിക്കുകയും ചെയ്തു. വേലയൊന്നും ഇല്ലാതിരുന്ന ഒന്നുരണ്ടവസരങ്ങളിൽ അവൻ അവളുടെ വീടിന്റെ പരിസരത്ത് ചുമ്മാ ചുറ്റിത്തിരിഞ്ഞു.

മൂത്ത രണ്ടാളും ചേർന്ന് അമ്മാവന്റെ സന്ദർശനവേളയിൽ, അവ രുടെ തീരുമാനമറിയിച്ചു. ഇളയവൾക്കിപ്പോൾ വയസ്സ് മുപ്പത്തിയേഴെങ്കി ലുമായിക്കാണും. അമ്മാവൻ കഠിനമായി ആലോചിച്ചുകൊണ്ട് മുറ്റത്ത് നടന്നു. വളരെ വൈകിയാണ് അയാളന്ന് മടങ്ങിയത്. അമ്മാവൻ

പോയതും ഇളയവൾ കണ്ണീരും കൈയും തുടങ്ങി. ഞാൻ പോയാൽ നിങ്ങക്കാരാണ്? തൊട്ടുമൂത്തവൾ ആശ്വസിപ്പിച്ചു. 'ചേച്ചിക്ക് ഞാനില്ലേ? എനിക്ക് നീയും നിന്റെ മക്കളും കാണുല്ലേ!'

കരച്ചിലിനിടയിലും ഇളയവൾക്ക് ചിരിക്കാൻ തോന്നി.

അമ്മാവനും അമ്മായിയും മകളും മാത്രമേ പെൺവീട്ടിൽനിന്നും വിശേഷിച്ച് വിവാഹത്തിനുണ്ടായിരുന്നുള്ളൂ. ചെറുക്കന്റെ വീട്ടിൽനിന്നും കഷ്ടിച്ച് പത്തുപേർ. അമ്മാവൻതന്നെ എല്ലാറ്റിനും ഓടിനടന്നു. അമ്മായിയെ അവരാദ്യമായി കാണുകയായിരുന്നു. അമ്മാവനോളം പൊക്കം കുറഞ്ഞ്, വെളുവെളെയുള്ള സ്ത്രീയായിരുന്നു അവർ.

അലമാരയിൽ പാറ്റാഗുളികയുടെ മണം കനച്ചിരുന്ന, ഒരുപോലെ തോന്നിക്കുന്ന കോട്ടൺ സാരികളാണ് സ്ത്രീകൾ ധരിച്ചിരുന്നത്. വിശേ ഷാവസരത്തിൽ അണിയാനായി ദീർഘനാളായി മാറ്റിവയ്ക്കപ്പെട്ട അവ യുടെ ആദ്യത്തെ അവസരമായിരുന്നു അത്. ഇളയവൾക്കുള്ള വിവാഹ വസ്ത്രവും ആഭരണവും അമ്മാവൻ വാങ്ങിയിരുന്നു. ഒന്നിനും ഒരു കുറവും വരാതിരിക്കാനായി, അമ്മയുടെ വസ്തുവകകൾ വില്ക്കാൻ അമ്മാവനെത്തന്നെയാണവർ ഏല്പിച്ചിരുന്നത്. പട്ട് സാരിയും ആഭര ണങ്ങളും അണിഞ്ഞു നില്ക്കുന്ന അവളെ കാണാൻ ഒരു രാജകുമാരി യെപ്പോലുണ്ടെന്ന് മൂത്തവൾ പറഞ്ഞു. അയാൾക്ക് ലേശമൊരു കോങ്ക ണ്ണുണ്ടോന്ന് രണ്ടാമത്തവൾ ചേച്ചിയോടൊരു സംശയം സൂചിപ്പിച്ചു. "ഏയ് എനിക്കങ്ങനെ തോന്നണില്ല." ചേച്ചി തറപ്പിച്ച് പറഞ്ഞു.

വരനും കൂട്ടരും പോയിക്കഴിഞ്ഞപ്പോൾ, സഹോദരിമാർ ചെറിയൊരു ഗൂഢാലോചനയിൽ ഏർപ്പെട്ടു. സദ്യയുടെയും വാദ്യത്തിന്റെയും ഇടപാട് തീർക്കാൻ പോയിവന്ന അമ്മാവനോട് മൂത്തമകൾ നുണ പറഞ്ഞു: "ഞങ്ങൾക്കൊരു നേർച്ചയുണ്ട്. അമ്പലത്തിൽ വെളുക്കുവോളം ഭജനമി രുന്നോളാന്നേ." അമ്മാവൻ വിശ്വസിച്ചു. ഭാഗ്യം. ഇളയവളപ്പോൾ ചിരി ച്ചുപോകാതിരിക്കാൻ പാടുപെട്ടു. മൂത്തവൾ, അമ്മാവൻ കാണാതെ അവൾക്കൊരു പിച്ച് കൊടുത്തു.

അമ്മാവന് മനസ്സിലായോ എന്തോ? മൂത്തവൾ ഇളയവളുടെ അസ്ഥാ നത്തുണ്ടായ ചിരിയെ കുറ്റപ്പെടുത്തി.

അമ്പലത്തിനുചുറ്റും നടന്നും കരിങ്കൽപ്പടിമേലിരുന്നും രണ്ടാളും നേരം വെളുപ്പിച്ചു. തന്റെ ജീവിതത്തിൽ ഇത്രയും സന്തോഷം ഇതേ വരെ ഉണ്ടായിട്ടില്ലെന്ന് ഇളയവൾ പറഞ്ഞപ്പോൾ, ഞാനതുപറയാൻ നാക്കെടുക്കുകയായിരുന്നെന്ന് ചേച്ചി അറിയിച്ചു. പിന്നെയും എത്രയോ നാൾ അവരുടെ കൊച്ചുവർത്തമാനത്തിനിടയിൽ ആ ദിവസം പച്ചപ്പോടെ കടന്നുവന്നു.അമ്മായിയുടെ മകൾ ധരിച്ചിരിക്കുന്ന ആഭരണങ്ങളെയും അമ്മായിയുടെ നിറത്തെയും കുറിച്ച് പറയാൻ അവർ പരസ്പരം ഉത്സാ ഹപ്പെട്ടു. ഇനിയങ്ങനൊരുദിവസം ഉണ്ടാവാൻ പോണില്ല. ചേച്ചി പറഞ്ഞ തിനെ ശരിവച്ച്, നിരാശയുടെ ദീർഘനിശ്വാസത്തോടെ ഇളയവൾ കിട ക്കയിലേക്കു ചുരുണ്ടു.

ഇളയവൾ പോയതോടെ സ്ത്രീകളുടെ ജീവിതം കുറച്ചുകൂടി ഏകാ
ന്തമായിത്തീർന്നു. മൂത്തവൾക്കിപ്പോൾ വടിയുടെ സഹായത്തോടെ പുറ
ത്തേക്കിറങ്ങാമെന്നേയുള്ളൂ. ജോലിയെല്ലാം ഇളയവൾ തന്നെയാണ് എടു
ത്തിരുന്നത്. കല്യാണത്തിനുശേഷം അമ്മാവൻ ആ വഴിക്ക് വന്നത് ഒരേ
യൊരു തവണയാണ്. കാറിലായിരുന്നു വരവ്. ഇത്രയും ദൂരം നടക്കാൻ
കുറച്ച് പ്രയാസം തന്നെ എന്നയാൾ പരിഭവം പറഞ്ഞു. അമ്മാവൻ പോയ
പ്പോൾ സ്ത്രീകൾക്ക് സംസാരിക്കാൻ ഒരു കാര്യം വീണുകിട്ടി. അമ്മാ
വന്റെ കഴുത്തിൽ വടംപോലെ കിടക്കുന്ന സ്വർണ്ണമാല. അത് ഏഴുപവ
നിൽ കുറയയില്ലെന്ന് ഇരുവരും ചേർന്ന് ഒടുവിലൊരു നിഗമനത്തിലെത്തി.

എപ്പോഴും മരങ്ങളെ ഇളക്കിക്കൊണ്ടിരിക്കുന്ന കാറ്റിന്റെ കാരുണ്യം
മാത്രം ലഭിച്ചുകൊണ്ടിരുന്ന സ്ത്രീകൾ ഒരുനാൾ നാട്ടുകാരുടെ ശ്രദ്ധ
യാകർഷിക്കുക തന്നെ ചെയ്തു. കുറ്റിച്ചെടികളും വള്ളികളും ചേർത്ത്
ആ വീടിനെ പൂർണ്ണമായും ലോകത്തിൽനിന്നും മറച്ചു വച്ചിരുന്നിട്ടുകൂടി,
എന്തോ ചീഞ്ഞുനാറുന്ന വാട ദിവസം മുഴുവൻ നീളുന്ന മദ്യപാനജീവി
തത്തിനിടയിലും ശശി അറിഞ്ഞുകൊണ്ടിരുന്നു. അവനതിനെക്കുറി
ച്ചൊന്നും ഉൽക്കണ്ഠപ്പെടാൻ പോയില്ല. എന്നാൽ കാറ്റ്, ദാക്ഷിണ്യം
കൂടാതെ ദുർഗ്ഗന്ധത്തെ താഴേക്ക് പറത്തിവിട്ടുകൊണ്ടിരുന്നു. നാറ്റം സഹി
ക്കാൻ വയ്യാതായപ്പോൾ നാട്ടുകാരിൽ ചിലർ അന്വേഷിച്ചെത്തി. ശശി
യെയും വിളിച്ചവർ കുന്നുകയറി. ഇളയവളെ കെട്ടിച്ചു വിട്ടതോടെ അവനാ
ഭാഗത്തേക്കുള്ള ശ്രദ്ധ അവസാനിപ്പിച്ചിരുന്നു.

ദുർഗ്ഗന്ധം പൊട്ടിപ്പരക്കുന്ന വീട് അകത്തുനിന്നും പൂട്ടിയിരുന്നു.
അകത്ത് ഒച്ചയനക്കമൊന്നുമില്ല. രണ്ടും കൂടി കെട്ടിത്തൂങ്ങി ചത്തിരിക്കും,
മനുഷ്യനെ മെനക്കെടുത്താൻ -ശശി ആരോടെന്നില്ലാതെ പിറുപിറുത്തു.
ഉച്ചയോടെ പൊലീസുകാരെത്തി. വാതിൽ ചവിട്ടിപ്പൊളിക്കുമ്പോൾ, നാറ്റ
ത്തിന്റെ ചുഴലി അവിടമാകെ വീശിയടിച്ചു. പൊലീസുകാർ തമ്മിൽത്ത
മ്മിൽ ചീത്തവിളിച്ച് പരിസരത്തെ ലഘുവാക്കാൻ ശ്രമിച്ചു. മരിച്ചവളെ
കണ്ണെടുക്കാതെ നോക്കിക്കൊണ്ട് മൂത്തവൾ ഒരു പ്രതിമപോലെ സമീപം
ഇരിക്കുന്നുണ്ട്.

വാതിൽ തുറന്നതോടെ കൗതുകം അവസാനിച്ച് ജനക്കൂട്ടം പിരി
ഞ്ഞു. പൊലീസുകാരിൽ പ്രായം ചെന്നയാൾ ആരെയെങ്കിലും അറിയി
ക്കാനുണ്ടോ എന്നു ചോദിച്ചപ്പോൾ പെണ്ണുംപിള്ള ഇല്ലെന്ന് തലയാട്ടി.
കുറച്ചുമുമ്പ് ആർത്തിയോടെ കുടിച്ച ചൂടുവെള്ളത്തിന്റെ ബലത്തിൽ
'എനിക്കിനിയാരുണ്ട്' എന്നവർ ഒന്നോ രണ്ടോ വട്ടം വിലപിച്ചു. കൃത്യ
നിർവ്വഹണത്തിനുശേഷം മടങ്ങുമ്പോൾ പൊലീസുകാരിലൊരാൾ ഇനി
യൊരു തവണ കൂടി മെനക്കെടേണ്ടി വരുന്നതിനെപ്പറ്റി ആകുലപ്പെട്ടു.

ശശി കുന്നിറങ്ങിപ്പോരുമ്പോൾ മഴ തൂവുന്നുണ്ടായിരുന്നു. ആ മഴ
യാണ് പിന്നെ ഒരാഴ്ചയോളം തോരാതെ നിന്നത്. മറ്റൊന്നും ചെയ്യാനി
ല്ലാത്തതിനാൽ, മദ്യത്തെ സ്നേഹിച്ച്, മഴയെ ശപിച്ച് ശശി വരാന്ത
യിൽത്തന്നെ ചുരുണ്ടുകൂടിയിരുന്നു. അലസമായി കുത്തിപ്പിടിച്ചിരുന്ന ഒരു

വേളയിൽ, കുന്നിൻമുകളിലെ സ്ത്രീയെപ്പറ്റി അവനോർമ്മവരികയും, ഒരുൾപ്രേരണയാലെന്നവണ്ണം അവിടേക്ക് നടക്കുകയും ചെയ്തു.

ചെറിയ വഴിയിൽ നിലാവ് വീണു കിടന്നു. മഴയപ്പോഴും പെയ്യുന്നു ണ്ട്. വീടിനു മുന്നിലെത്തുമ്പോൾ ഉരഗത്തിനുമേൽ ചവിട്ടിയപോലെ അവ നൊന്നുലഞ്ഞു. വിഭ്രമിപ്പിക്കുന്ന കാഴ്ചയിലവൻ തണുത്തങ്ങനെ......

ഇറയത്തിരുന്ന് ഭക്തിസാന്ദ്രമായി നാമം ചൊല്ലുകയാണവർ. അതെ, അവരൊറ്റയ്ക്കല്ല; രണ്ടുപേരുണ്ട്. അതിലൊരാൾ കെട്ടിച്ചുവിട്ട ഏറ്റവും ഇളയവളല്ലെന്ന് അവനുറപ്പായും വിശ്വസിക്കുന്നു.

കർമ്മയോഗം

നഗരത്തിലാണ് ഇപ്പോൾ വാസസ്ഥലം എന്നതിലുപരി എവിടെ യെന്ന് കൃത്യമായി അറിയില്ലായിരുന്നു. ക്രിമിനലുകളുടെ താവളമായ ആ കോളനിക്കകത്താണെന്ന് പിന്നീട് കുറച്ചുകൂടി വ്യക്തമായിക്കിട്ടി. ഫോൺ നമ്പരുണ്ട്. അതിലൂടെയാണ് കാര്യങ്ങൾ പറഞ്ഞുറപ്പിക്കേണ്ടത്. അവനെ കണ്ടുപിടിക്കുക എന്നത് കുറച്ചുനാളായി അയാളുടെ ജീവിത ചര്യയുടെ ഭാഗമായി മാറിക്കഴിഞ്ഞിരിക്കുന്നു. അതിനാൽ അവനെപ്പറ്റി കേൾക്കുന്നതെന്തും അയാൾ മനസ്സിൽ അടുക്കി വച്ചു.

അഴുക്കുചാലൊഴുകുന്നതിന് സമീപമായിരുന്നു കോളനി. പണ്ട് ഇതിലേ പോകുമ്പോൾ അയാൾ മൂക്ക് പൊത്തിയിരുന്നു. വഴിയിൽ എരു മകളും പശുക്കളും അലഞ്ഞു നടക്കുന്നു. ഈച്ചകൾ ആർക്കുന്നു. 'വെളു ത്തബാബുവിന്റെ* വീടേതാണ്?' കടത്തിണ്ണയിൽ കുത്തിയിരിക്കുന്ന ഒരാ ളോട് അയാൾ ചോദിച്ചു. ആദരവോടെ എണീക്കുകയും വിനയത്തോടെ ഒപ്പം വന്ന് വീട് കാണിച്ചു തരികയും ചെയ്തു അയാൾ.

ബാബു ആരോടോ ഫോണിൽ സംസാരിക്കുകയായിരുന്നു. അയാൾക്ക് ക്ഷമയോടെ കുറച്ചുനേരം കാത്തിരിക്കേണ്ടി വന്നു. പുറത്തൊ രാളുടെ സാന്നിദ്ധ്യത്തെ തിരിച്ചറിഞ്ഞപ്പോൾ അവൻ തലനീട്ടി. വെളുത്ത് പൊക്കം കൂടിയ സുമുഖനായ ചെറുപ്പക്കാരൻ.

"ബാബുവല്ലേ?"

"അല്ല."

പെട്ടെന്ന് എന്തുപറയണമെന്നറിയാതെ അയാൾ കുഴങ്ങി.

"എനിക്ക് നിങ്ങളെ കാണേണ്ട കാര്യമുണ്ടായിരുന്നു."

---

* മാധവിക്കുട്ടിയുടെ 'വെളുത്തബാബു' എന്ന കഥയിലെ കഥാപാത്രം. ആ കഥയുടെ അനുബന്ധമായും ഇതിനെ വായിക്കാം.

"നിങ്ങൾക്ക് ആളുതെറ്റിയതാണ്."

അവൻ അകത്തേക്കു പോകാനൊരുങ്ങി.

"ബാബു എന്നയാൾ?"

"പറഞ്ഞില്ലേ. വിഷ്ണു എന്നാണെന്റെ പേര്".

അവന് ദേഷ്യം വന്നത് അയാൾ കണ്ടു.

അവനെ പെട്ടെന്നങ്ങനെ ഉപേക്ഷിക്കാൻ അയാൾ തയ്യാറായില്ല. സെക്കന്റുകളുടെ വ്യത്യാസത്തിലാണ് കാണാൻ പറ്റാതിരുന്നിട്ടുള്ളത് പല തവണ. ധൈര്യം സംഭരിച്ച് വീടിനകത്തു കയറി.

"എനിക്ക് നിങ്ങളെത്തന്നെയാണ് കാണേണ്ടത്."

അയാൾ അറിയിച്ചു.

"ഇവിടെയാരെയും വരാൻ സമ്മതിക്കാറില്ല. ഇടപാടുകാരുടെ സുര ക്ഷയ്ക്കുവേണ്ടിയാണത്."

വിടാൻ ഭാവമില്ലെന്ന് കണ്ട് അവൻ അറിയിച്ചു.

"എനിക്കറിയാം. ഇതിൽ നിങ്ങളെ എനിക്കേറെ സഹായിക്കാനാവും."

"അതുകൊണ്ട് നിങ്ങൾക്ക് മെച്ചമൊന്നും ഉണ്ടാകാൻ പോകുന്നില്ല. എല്ലാത്തിനും കൃത്യമായ റേറ്റുണ്ട്. അത് കുറയാനും പോകുന്നില്ല."

അവന്റെ മുഖത്ത് ഭാവവ്യത്യാസം തീരെയില്ല. നിർവ്വികാരമായ ഒരു ശരീരം.

"പറയൂ എനിക്കല്പം തിരക്കുണ്ട്."

അയാൾ മേശയ്ക്കപ്പുറം ഇരുന്നു.

"സിറ്റിഫ്ളാറ്റിലാണ് താമസം. അതിന്റെ അഞ്ചാമത്തെ ഫ്ളോർ. പത്ത് ഫ്ളോറുകളുണ്ട് ആ കെട്ടിടത്തിന്. ലിഫ്റ്റ് പലപ്പോഴും വർക്ക് ചെയ്യാറില്ല. വലിയ വേസ്റ്റ്ബിൻ ഇരിക്കുന്നത് ഇതിന്റെ ഒരു വശത്താണ്. പുറകിൽ വാട്ടർ ടാങ്കുണ്ട്. ഫ്ളാറ്റ് കണ്ടെത്താനുള്ള അടയാളമാണിത്. അഞ്ചാമത്തെ ഫ്ളോറിൽ അറുപത്തിരണ്ടാം മുറി. ഒറ്റയ്ക്കാണയാൾ താമ സിക്കുന്നത്. വൈകിട്ടാണ് പറ്റിയ സമയം. ഈ സമയത്ത് കടലിലേക്ക് തുറക്കുന്ന ജനാലയ്ക്കരുകിലിരുന്ന് അയാൾ വായിക്കുകയാവും. മാത്ര മല്ല അറുപത്തിയൊന്നിൽ രാത്രി പത്തുമണിയായേ ആളുകളെത്തുക യുള്ളൂ."

അവന്റെ മുന്നിലെ കടലാസിൽ സിറ്റി ഫ്ളാറ്റിലേക്കുള്ള റോഡ്, ഇട ത്തേക്കുള്ള വഴി, വേസ്റ്റ്ബിൻ, വാട്ടർ ടാങ്ക് ഇവയുടെ ചിത്രങ്ങൾ വര ഞ്ഞിട്ടുണ്ടായിരുന്നു. അയാളത് നിഷ്കളങ്കതയോടെ നോക്കി.

അയാൾ എണീറ്റു.

"ഇടപാടുകാരോട് ചോദിക്കാൻ പാടില്ലാത്തതാണ്. ഇത്രയും പ്രായ മുള്ള ഒരാൾ എന്നെ സമീപിക്കുന്നത് ഇതാദ്യമാണ്. പ്രായം കൂടുന്തോറും പകതയും ക്ഷമാശീലവുമൊക്കെ കൂടുമല്ലോ?"

"സൈരത തരുന്നില്ല. ഒരുപാടാലോചിച്ചു. എനിക്കത് ചെയ്യാവുന്ന തേയുള്ളൂ. ധൈര്യം പോരാ."

"ചോദിച്ചതിൽ ക്ഷമിച്ചാലും."

"വൈകിക്കരുത്."

"അഡ്വാൻസ് എന്തെങ്കിലും തരേണ്ടതുണ്ടോ?"

"വേണ്ട. താങ്കളുടെ ഫോൺ നമ്പർ തന്നേക്കൂ. ഓപ്പറേഷൻ വിജ യിച്ചു കഴിഞ്ഞാൽ താങ്കളെ വിളിക്കും. അപ്പോഴേക്കും പണം തരിക."

"അപ്പോൾ ഒരുപക്ഷേ ഞാനിവിടെ ഉണ്ടായെന്നു വരില്ല. എന്താ യാലും പറഞ്ഞ തുക നിങ്ങൾക്കു ലഭിച്ചിരിക്കും."

അയാൾ മുറ്റത്തേക്കിറങ്ങി.

"ഒന്നുകൂടി. നിങ്ങൾതന്നെയല്ലേ ആ വെളുത്ത ബാബു?"

"ഞാനങ്ങനെ ഒരുപേരും സ്ഥിരമായി കൊണ്ടു നടക്കാറില്ല."

പൈങ്കിളി

സന്ധ്യയായാൽ യശോദയ്ക്കു പേടിയാണ്. ഇരുട്ട് കട്ടിയായാൽ എങ്ങുനിന്നെന്നറിയില്ല ഭയം ഉള്ളിൽ കൂടുകെട്ടും. ടി വി സീരിയലുക ളിൽ പ്രേതപിശാചുകൾ അലയുന്നത് രാത്രിയിലാണ്. ഇരുട്ടിൽനിന്ന് ആരൊക്കെയോ കണ്ണുതുറിക്കുന്നതായി തോന്നും.

കോളിങ് ബെല്ലടിച്ചപ്പോൾ യശോദ ആദ്യം സംശയിച്ചു. പ്രേതപി ശാചുകൾ പരീക്ഷിക്കുകയാണോ? ബെല്ല് വീണ്ടും വന്നു വീണപ്പോൾ പ്രൊഫസർ ശിശുപാലൻ രാവിലെ എത്തുമെന്ന് ഡോ. പ്രിയാമണി പറ ഞ്ഞത് ഓർമ്മവരികയും ഓടിച്ചെന്ന് കതകിന്റെ കുറ്റി മാറ്റുകയും ബഹു മാനിച്ച് നില്ക്കുകയും ചെയ്തു. പ്രൊഫസർ, യശോദയെ ഗൗനിക്കാതെ മുകളിലേക്കു പോയി. ഡോ. പ്രിയാമണിക്ക് പുലർച്ചെ എവിടെയോ പോകാനുണ്ടല്ലോ എന്നോർത്ത് ഇനിയും കിടന്നാൽ ഉറങ്ങിപ്പോകുമോ എന്ന ശങ്കയിൽ അടുക്കളയിലേക്കു പ്രവേശിച്ചു.

അഞ്ചുമണിക്കുള്ള വേണാട് പിടിക്കാനായി ഡോ. പ്രിയാമണി, നാല് നാല്പതിന് കാറിറക്കിയപ്പോൾ ട്രെയിനിലിരുന്ന് കഴിക്കാനുള്ള ബ്രേക്ക്ഫാസ്റ്റ് തയ്യാറാക്കി ഏല്പിച്ചു. തന്റെ കൃത്യനിർവ്വഹണത്തിന് പ്രത്യുപകാരമായി സ്നേഹപൂർവ്വമായൊരു പുഞ്ചിരി അവൾ പ്രതീക്ഷി ച്ചത് അസ്ഥാനത്തായി. ഗെയ്റ്റ് കടക്കാൻനേരം കാറിന്റെ പുറകിലെ ചുവ ന്നവെട്ടം യശോദയെനോക്കി പുച്ഛഭാവത്തിൽ ചുണ്ടുകോട്ടുകയും ചെയ്തു.

ഇവരുടെ ജീവിതംപോലെ ആയിരുന്നുവെങ്കിൽ എന്തൊരു സുഖ മായിരുന്നെന്ന് അടുക്കളയിൽ പൊരുതുമ്പോൾ അവൾ വൈക്ലബ്യപ്പെ ട്ടു. അഞ്ചുദിവസത്തെ യാത്രകഴിഞ്ഞ് പ്രൊഫസർ വന്നപ്പോൾ, മൂന്നുദി വസത്തേക്ക് ഡോക്ടർ പോയി. ഇനി ഡോക്ടർ വരുമ്പോ, പ്രൊഫസർ

എവിടേക്കെങ്കിലും പോവും. വർത്തമാനോം പറച്ചിലും ഒന്നൂല്ല.

ഹൗസിങ്കോളനീലെ അഞ്ചുവീടുകളിൽ രാവിലെതന്നെ യശോദ ഓടിപ്പിടച്ചെത്തും. അരമിനിട്ട് വൈകിയോ ഓരോ വീട്ടുകാരുടേം മൊഖം കേറിയങ്ങ് വളരും. യശോദ അതിനൊള്ള അവസരം കൊടുക്കാറില്ല. ഉച്ചയോടെ വീട്ടിലെത്തും. കെട്ടിയോൻ ജോലിക്കൊന്നും പോവാതെ വീട്ടി ത്തന്നെ ചെറിയുംകുത്തിയിരിക്കും. അങ്ങേർ കള്ളുംകുടിച്ചേച്ച് വന്നാ പ്പിന്നെ നിറുത്താതെ വർത്തമാനം പറച്ചിലാണ്. കള്ളുകുടിക്കാൻ കാശു കൊടുത്തില്ലേപ്പിന്നെ അവിടം പൂരപ്പറമ്പാവും. പ്രൊഫസറേം ഡോക്ടറേം കണ്ട് പഠിക്കണം. ഒരു വഴക്കോ ബഹളമോ ആ വീട്ടിലില്ല.

വൈകിട്ട്, യശോദ ശിശുപാലൻസാറിന്റെ വീട്ടിലേക്ക് തിരിച്ചുവരും. പകുതിവഴി അങ്ങേരുംവരും. കള്ളുഷാപ്പിന്റെ അടുത്തെത്തിയാ അങ്ങേർ അങ്ങോട്ട് തിരിയും. അഞ്ചാറ് വർഷമായിട്ടങ്ങനെയൊക്കെയാണ്. ശിശു പാലൻസാറിന്റെ വീട്ടി മിക്കപ്പോഴും ആള് കാണത്തില്ല. രാത്രിയവിടെ തങ്ങണേന്ന് അഞ്ഞൂറ് രൂപ അധികം തരും. യശോദയ്ക്കും അതൊരു ആച്ചാണ്. അതിനൊള്ള വരുമാനം ഇരിക്കണാ?

വൈകിട്ടത്തെ ജോലിയൊക്കെ തീർത്തുവെച്ചിട്ട് ടി വി ഓൺചെ യ്യും. രാവിലത്തെ കറിക്കരിയണത് അപ്പോഴാണ്. ചെലപ്പൊ ജോലി മറ ന്നുപോവും! അറിയാതെ കരച്ചില് വന്നുപോവും! ഇങ്ങനെയൊക്കെത്ത ന്നെ ജീവിതങ്ങളെന്ന് സമാധാനിക്കും! ചാനല് മാറ്റുന്നതിന്റെ എടേല് ചെലപ്പഴൊക്കെ ശിശുപാലൻസാറിന്റെ മൊഖം ടി വീല് തെളിയും. അപ്പൊ, സാറിനോട് വല്ലാത്ത ആദരവ് വരും. ശിശുപാലൻസാറ് പറയു ന്നത് കേട്ടിട്ടേ പിന്നെ ചാനലുമാറ്റൂ. സാറിനിനി ഒരു വെഷമം തോന്നണ്ട.

ശിശുപാലൻസാറ് വീട്ടിലൊള്ള ദെവസം യശോദ ഒളിച്ചും പാത്തുമേ സീരിയല് വയ്ക്കത്തൊള്ളൂ. അങ്ങേർക്കിത് കണ്ണെടുത്താ കണ്ടുകൂടാ. സ്ത്രീകൾ അബലകളായിത്തീരുന്നതിന്റെ ഒരു കാരണം, സീരിയലുക ളിലെ യാഥാർത്ഥ്യത്തിനുനിരക്കാത്ത ജീവിതം കണ്ടുകണ്ടാണെന്നാണ് പ്രൊഫസർ പറയുന്നത്.

പ്രൊഫസർ പറയുന്നതൊന്നും യശോദയ്ക്ക് മനസ്സിലായിട്ടില്ല. പുലർച്ചതൊട്ട് വൈകിട്ടുവരേം ഈ കെടന്ന് അദ്ധ്വാനിച്ചിട്ട് അല്പം സന്തോഷം തോന്നണത് ഇതൊക്കെ കാണുമ്പഴാണ്. ഇത് കാണല്ലേ യെന്ന് ദൈവംതമ്പുരാൻ പറഞ്ഞാലും യശോദ അനുസരിക്കത്തില്ല.

വരത്തില്ലാന്ന് പറഞ്ഞിട്ടുപോയ ശിശുപാലൻസാറ് വൈകിട്ട് തിരി ച്ചുവന്നു. കാറേല് പരിചയമില്ലാത്ത മൂന്നാലാളും. സാറിനെ എടുത്താണ് കാറീന്നിറക്കിയത്! അയ്യോടാ! സാറിനിതെന്തുപറ്റി? സാറ് വേദനകൊണ്ട് കണ്ണടച്ചുപിടിച്ചു. ചെറുതായൊന്ന് വീണതാണെന്ന് വന്നവര് പറഞ്ഞു. കാലില് നെടുനീളത്തില് പ്ലാസ്റ്ററിട്ടിരിക്കുന്നു. ആശുപത്രീ കൊണ്ടോ വാനുള്ള സൗകര്യം കണക്കാക്കി താഴത്തെ മുറീക്കെടത്തി. വന്നവര് തിരിച്ചുപോയി. എങ്കിലും വലിയ മനുഷ്യർക്ക് പറ്റണ കാര്യങ്ങളേ!

രണ്ടുമാസം സാറ് വീട്ടീക്കെടന്നു. എന്നുവച്ച് ഒരു ശല്യോമില്ല. ഭക്ഷ

ണമെല്ലാം മേശപ്പുറത്ത് വച്ചിരുന്നാമതി. കഴിച്ചോളും. ആവശ്യങ്ങൾക്ക് വടീംകുത്തിപ്പിടിച്ച് നടന്നോളും. രാത്രീല് യശോദ സീരിയലുകാണും. എല്ലാം പതിവുപോലെതന്നെ.

പ്ലാസ്റ്ററുമാറ്റിയ ഒടനെതന്നെ, സാറ് പഠിപ്പിക്കാൻ പോയിത്തൊടങ്ങി. വണ്ടിയോട്ടിക്കാൻ ഒരാള് വരും. സാറന്ന് രാത്രി എട്ടുമണിക്ക് തിരിച്ചുവന്നു. സാറിന്റെ കണക്കിലിത് നേരത്തെയാണ്. യശോദയുടെ പ്രിയപ്പെട്ട സീരിയൽ എന്നെന്നേക്കുമായി അവസാനിപ്പിച്ച ദിവസമായിരുന്നു അന്ന്.

ഇങ്ങനെയൊരവസാനം എന്തായാലും വേണ്ടായിരുന്നെന്ന് യശോദ വിചാരിച്ചു. അവൾക്ക് സങ്കടംതോന്നി.

"യശോദയ്ക്ക് എന്താ ഒരു വെഷമം?" ചായ കൊണ്ടുക്കൊടുക്കുമ്പം പ്രൊഫസർ ചോദിച്ചു. തന്റെ പേര് പ്രൊഫസർ ആദ്യമായി ഉച്ചരിച്ചുകേട്ടപ്പോൾ അവൾക്ക് അഭിമാനം തോന്നി.

"ഒന്നൂല്ല സാറേ."

വലിയവരോട് കള്ളംപറയാൻ പാടില്ലെന്ന് യശോദയ്ക്ക് അറിയാമായിരുന്നു. അതിനാൽത്തന്നെ 'എന്തോ ഉണ്ട്' എന്ന് പ്രൊഫസർ പറഞ്ഞ ഉടനെ യശോദ വാചാലയായി.

"എങ്കിലും ഇതൊരു കടന്ന കൈയായിപ്പോയി സാറേ. അസുഖമായിട്ടിരിക്കുന്ന ഭർത്താവിരിക്കുമ്പം കാമുകന്റെ കൂടെ ഭാര്യ പോവുകാന്നു വെച്ചാ ആരേലും വിശ്വസിക്ക്വോ? കഥയായാലും ഒരതിരില്ലേ.....?"

പ്രൊഫസർ കുറച്ചുനേരം മിണ്ടാതിരുന്നു. ആ ശൂന്യവേളയിൽ ഡോ. പ്രിയാമണി ഒരു മാസത്തോളമായി വീട്ടിൽ വരാത്തതെന്ന് ചോദിക്കണമെന്ന് അവൾ ആഗ്രഹിക്കുകയും പ്രൊഫസർ ശിശുപാലന്റെ മുഖത്തുനോക്കുകയും ചെയ്തു. പ്രൊഫസറുടെ കണ്ണിൽനിന്ന് രണ്ടു തുള്ളി കണ്ണീർ ഒലിച്ചിറങ്ങിവരുന്നതുകണ്ട്, കാരണമറിയില്ലെങ്കിലും, അയാളെ ഒരു ശിശുവിനെപ്പോലെ വാരിയെടുക്കണമെന്നും മാറോടു ചേർത്ത് ആശ്വസിപ്പിക്കണമെന്നും യശോദയ്ക്കു തോന്നി.

ജീവിതം ഇങ്ങനെയൊക്കെയാണ്

അയ്യോടാ ഇതാരാ വരുന്നേ. കേറിവാ........ കേറിവാ.... ബൈക്കെ ടുത്ത് കാർപോർച്ചിലേക്ക് വച്ചേക്ക്. രാവിലെ മഴക്കോള്. ഏയ് നീക്കി വച്ചോ. അങ്ങനെ. ഇല്ലേലതിരുന്ന് നനയില്ലേ. കൂടെയുള്ളത്? ഞാൻ മറ ന്നു. പെണ്ണുകാണാൻ വന്നപ്പോൾ ഒപ്പമുണ്ടായിരുന്നു. മറവി. ഇപ്പൊ വല്ലാത്ത മറവി. പ്രായേം ഇത്തിരി ആയേ.

അയ്യോടി, നീയിത് കണ്ടില്ലേ. നമ്മുടെ മരുമോൻ വന്നത് കണ്ടില്ലേ. നിങ്ങളിതെന്താ ഇരിക്കാനുള്ളത് കൊണ്ടുവന്നില്ലേ? വന്ന കാലീത്തന്നെ നിക്കണത് കണ്ടില്ലേ! ആ കുഷ്യനുള്ള സീറ്റിലിരിക്കെന്നേ. ഞാനിരിക്കാ ത്തോണ്ടാണോ ഇരിക്കാൻ വിഷമം. ഞാനിരുന്നല്ലോ.

എടിയേ, രണ്ട് ചായയിങ്ങെടുക്ക്. രാവിലെ യാത്ര ചെയ്ത ക്ഷീണ മുണ്ടാവും. കടുപ്പത്തിലായിക്കോട്ടെ. കഴിക്കാനെന്തെങ്കിലും തയ്യാറാക്ക്. വേണ്ടാന്ന് പറഞ്ഞാലെങ്ങനാ ശരിയാവാ. രാവിലെ എറങ്ങിയതാവില്ലേ. ഒന്നും കഴിച്ചുകാണില്ല. കല്ല്യാണത്തിന് ഇനി ഒരാഴ്ച്ചേ ഒള്ളേ. ആഹാരം ശരിയായില്ലേ ശരീരം ക്ഷീണിക്കും. എന്റെ മോക്ക് വല്ലാത്ത സങ്കടാവും. എടീ, നീയിങ്ങനെ വാതിക്കല് വാ പിളർന്ന് നിക്കാതെ അടുക്കളേലേക്ക് ചെന്നേ.

അല്ലല്ലേ, മരുമോനേ, നിന്റെ മുഖോന്താ, കടന്നല് കുത്തിയമാതിരി. എപ്പോഴും ചിരി മാത്രോള്ള മൊഖാണല്ലോ. ഓ.....ഓ..... സംഗതി പിടികി ട്ടീത് ഇപ്പൊഴല്ലേ.... ഞാനൊരു ആനമണ്ടൻ തന്നെ.

ഒന്നൊള്ളത് പറഞ്ഞാല് നിനക്ക് വിഷമം തോന്നരുത്. തോന്നിയാലും പരിഭവമില്ല. പറയേണ്ടത് അപ്പപ്പോ പറയണം. അതെനിക്ക് നിർബ്ബന്ധാ. മോന്റെ അമ്മയ്ക്കും പെങ്ങക്കും മാനേഴ്സ് കൊറവാ. ഇന്നലെ അവരി വിടെ വന്നിരുന്നു. മോളെ കണ്ടേ മടങ്ങൂ എന്ന് പറഞ്ഞു. തെറ്റല്ല. അമ്മാ

യിയമ്മയും നാത്തൂനുമാണ്. ഒന്ന് വിളിച്ചു പറഞ്ഞിട്ട് അവര്‍ക്കു വരാമാ യിരുന്നു. അവളെന്നും ആപ്പീസീന്ന് നേരത്തെ വരണതാ. ആപ്പീസില്‍ വിളിച്ചപ്പോ അവിടുന്ന് എറങ്ങീട്ടുമുണ്ട്. അമ്മാത്ത്ന്ന് പുറപ്പെട്ടു ഇല്ലത്തെ ത്തീല - എന്നു പറഞ്ഞമാതിരി.

ഇന്ന് രാവിലെയല്ലേ വിവരമറിയണത്. ഇന്നലെയവള്‍ കൃത്യം അഞ്ചു മണിക്ക് തന്നെ ആപ്പീസീന്നെറങ്ങി. കോട്ടയം ഫാസ്റ്റില്‍ കയറി. എളുപ്പ മിങ്ങ് എത്തൂലോന്ന് കരുതി. ബസിലിരിക്കുമ്പോ ഒരു തലകറക്കം. പാവം കുട്ടി. ഇറങ്ങേണ്ട സ്ഥലം കഴിഞ്ഞത് അവളറിഞ്ഞതേയില്ല. നോക്കണേ, ദൈവത്തിന്റെ ഓരോ പരീക്ഷണങ്ങള്‍.

കൊട്ടാരക്കര കഴിഞ്ഞപ്പോഴാ അവള്‍ക്ക് ഓര്‍മ്മ തിരിച്ചുവന്നത്. നേരം ഇരുട്ടിയിരിക്കുന്നു. പരിചയമില്ലാത്ത സ്ഥലം. എന്റെ കുട്ടി വല്ലാതെ ഭയന്നുപോയി. ദൂരയാത്ര ചെയ്ത് ശീലമില്ലേ. ലോകപരിചയോള്ള കുട്ടി യല്ലല്ലോ. ആകെ പരിഭ്രമമായി. നോക്കണേ ദൈവത്തിന്റെ കാരുണ്യം. ഓഫീസിലെ ഡ്രൈവറുണ്ട് തൊട്ടടുത്ത സീറ്റിലിരിക്കുന്നു.

നല്ലൊരു പയ്യന്‍. അവനിവിടെ വന്നിട്ടുണ്ട്.

അവന്റെ ബന്ധുവീട് കോട്ടയത്തുണ്ട്. ഒരുപോറല്‍ പോലുമേല്‍പി ക്കാതെ അവനവളെ കോട്ടയത്തെത്തിച്ചു. രാവിലെ, അവന്‍ വിളിച്ചപ്പോ ഴല്ലേ വിവരമറിയണത്. മോന്റെ രണ്ട് പൊന്നളിയന്മാരും കൂടി, അവളെ കൂട്ടിക്കൊണ്ടു വരാന്‍ പോയിട്ടുണ്ട്. ദാ, ഈ പുട്ടും കടലേം കഴിക്കു മ്പോഴത്തേക്കും അവരിങ്ങ് എത്തും.

അല്ലേ നിങ്ങളിറങ്ങായോ. ചായേങ്കിലും കുടിച്ചിട്ട് പോന്നേ. ദേ, മഴ വീണു തുടങ്ങി. മഴ തീര്‍ന്നിട്ട് പോവാന്നേ. കല്യാണത്തിന് ഈ കുട്ടി പനിപിടിച്ച് കിടക്കൂലോ, ഈശ്വരാ.

റോസാപ്പൂവ്

കാമുകിക്ക് മുടങ്ങാതെ കത്തയച്ചിരുന്നു അവൻ. വീട്ടുകാര്യങ്ങൾ, നാട്ടുവിശേഷങ്ങൾ, പ്രണയത്തുടിപ്പുകൾ എല്ലാമുണ്ടാകും അതിൽ.

അവൾ തിരിച്ചും നീട്ടിപ്പിടിച്ചെഴുതി.

വിവാഹക്കത്തിനൊപ്പം ഭാരമുള്ള പാഴ്സൽകൂടി അവൾ അയച്ചു കൊടുത്തു; അവനെഴുതിയ അതുവരെയുള്ള പ്രണയലേഖനങ്ങൾ.

അതിനെ കത്തിച്ച് ചാരമാക്കി മുറ്റത്തെ കോണിൽ നാമ്പിട്ടുവന്ന റോസാച്ചെടിയുടെ ചുവട്ടിലിട്ടു.

ഇത്രയും ചുവന്ന റോസാപ്പൂവ് ഇതുവരെ കണ്ടിട്ടില്ലെന്ന് നവവധു പറഞ്ഞു. ആദ്യദിവസം മുറ്റത്ത് കാലെടുത്തുവച്ചപ്പോത്തന്നെ ഇതാണ ത്രേ ശ്രദ്ധിച്ചത്. തൊട്ടാൽ ചോരപറ്റുന്ന ചുവപ്പ്!

അതിലൊന്ന് പൊട്ടിച്ച് അവൾ മുടിയിൽ തിരുകി.

കോളേജിലെ ഒരു സുഹൃത്തിന്റെ വീട്ടിൽനിന്നും കിട്ടിയതാണെന്നും നട്ടിട്ട് നാലഞ്ചുവർഷമായെന്നും ആദ്യമായിട്ടാണ് പൂവിടുന്നത് എന്നുമെല്ലാം അയാൾ വാചാലനായി.

ആ ചുവപ്പിന്റെ രഹസ്യംമാത്രം അവൻ വെളിപ്പെടുത്താൻ പോയില്ല.

മേനോൻ കഥകൾ

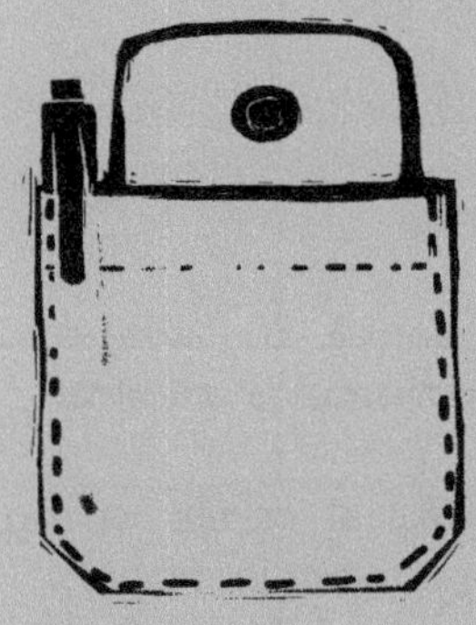

മുഴുവൻപേര് അനന്തൻമേനോൻ. റിട്ട. ഉദ്യോഗസ്ഥൻ. സാമൂഹ്യ രാഷ്ട്രീയ രംഗങ്ങളിൽ സജീവം. അനന്തൻമേനോന്റെ ജീവിതത്തിന് ഏതെങ്കിലും ഒരു വ്യക്തി യുമായി സാമ്യമുണ്ടായിരിക്കുന്നതല്ല; നിരവധി വ്യക്തികളുടെ ജീവിതമുഹൂർത്ത ങ്ങളോടാണ് കഥകൾ കടപ്പെട്ടിരിക്കുന്നത്. മേനോൻ കഥകൾക്കുള്ള സന്ദർഭങ്ങൾ സംഭാവന നല്കിവരുന്നവർക്ക്/നല്കി യവർക്ക് നന്ദി.

ഇതെന്നെപ്പറ്റിമാത്രമാണെന്ന്/ഇതിയാളെപ്പറ്റിത്തന്നെയെന്ന് ആർ ക്കെങ്കിലും തോന്നിയാൽ തികച്ചും യാദൃച്ഛികമാണെന്നേ പറയാനാവൂ. കാർട്ടൂൺകഥകളായി ഇവയെ കാണണമെന്നാണ് താല്പര്യം.

(അടുത്ത പേജു മുതൽ മേനോൻ കഥകളാണ്)

മഹാനുഭാവൻ

അനന്തൻമേനോനൊരു മഹാനുഭാവനാണ്.

മേനോൻ പറഞ്ഞു: "കിഴക്ക് സൂര്യൻ ഉദിക്കട്ടെ;" സൂര്യൻ ഉദിച്ചു.

പടിഞ്ഞാറ് അസ്തമിക്കട്ടെ: അസ്തമിച്ചു.

നക്ഷത്രങ്ങൾ വരട്ടെ: വന്നു.

നിലാവ് പൊഴിയട്ടെ: പൊഴിഞ്ഞു.

മഴപെയ്യട്ടെ: പെയ്തു.

പൂക്കൾ വിടരരുത് എന്നും ഭൂമി കറങ്ങരുത് എന്നും മേനോൻ പറഞ്ഞില്ല.

അതിനാൽ മാത്രം പൂക്കൾ വിടരുകയും ഭൂമി കറങ്ങുകയും ചെയ്യുന്നു.

മേനോനൊരു മഹാനുഭാവനല്ലെന്ന് എങ്ങനെ പറയാനാകും?

'അടി'പൊളി

പത്തൻപത് കൊല്ലം പഴക്കമുള്ള തറവാട് വീടാണ്. നല്ല തടി ഉരുപ്പടികൾ. ചുടുകട്ടകൊണ്ടുള്ള ചുവരുകൾ. ചാഞ്ഞുനിൽക്കുന്ന മരങ്ങളുടെ തണുപ്പ്. മുറിക്കകത്തുകൂടി എപ്പോഴും കയറി ഇറങ്ങിപ്പോകുന്ന കാറ്റ്.

തറവാടിന്റെ ഭരണസാരഥ്യം ഏറ്റെടുത്ത ഉടൻ വീടിന്റെ ഇരിപ്പത്ര സുഖമല്ലെന്ന് മേനോന് തോന്നി. ദൂരെ നിന്നും നോക്കുമ്പോൾ ഇടത്തോട്ടൊരു കോണിപ്പുണ്ട്. മേൽക്കൂരയ്ക്ക് ഭംഗിപോരാ. ഒന്നു രണ്ട് കഴുക്കോലുകൾ ദ്രവിച്ചിരിക്കുന്നു.

ഒന്നും നോക്കിയില്ല. ഇടിച്ചിടാൻ കൽപിച്ചു. അടിത്തറവരെ തോണ്ടി പുറത്തിട്ടു.

ആഹാഹാ.....എന്തൊരു സമാധാനം.

വളരെ നാളുകൂടി സുഖമുള്ള ഉറക്കംകിട്ടി.

കാളകൂടം

മേനോനൊരു നല്ലവനാണ്. തങ്കപ്പെട്ട സ്വഭാവം. വലിയില്ല കുടിയില്ല. കുന്നായ്മയില്ല കുശുമ്പില്ല. അധികാര ഗർവ്വ് തീരെയില്ല. ചെരിപ്പില്ല വാച്ചില്ല. പൗഡറാൽ മുഖം മിനുക്കില്ല— എന്നിങ്ങനെയുള്ള മേനോന്റെ നന്മകളും തറവാട് ഭരണകാലത്തെ നേട്ടങ്ങളും സമാസമം ചാലിച്ചാണ് ചെപ്പേട് തയ്യാറാക്കിയത്.

തറവാട് നശിച്ചുപോകാം. ജീവജാലങ്ങൾ അന്യംനിന്നുപോകാം. പിന്നീടൊരിക്കൽ മനുഷ്യൻ ഭൂമുഖത്ത് ജനിച്ചെന്നു വരാം. അവർക്കു വേണ്ടിയാണീ ചെപ്പേട്. യുഗങ്ങൾക്ക് ശേഷവും മേനോന്റെ പേർ വാഴ്ത്ത പ്പെടണം. നന്മകൾ പ്രകീർത്തിക്കപ്പെടണം.

നല്ലദിവസം നോക്കി പൂജാവിധികളോടെ തറവാട്ടു പറമ്പിൽ ചെപ്പേട് കുഴിച്ചിട്ടു.

രാത്രിയിൽ ഭൂമിക്കടിയിൽനിന്നും അപശബ്ദങ്ങൾ കേട്ടുതുടങ്ങി. സൂക്ഷ്മം രണ്ടാംനാൾ വളപ്പിലെ മരങ്ങൾ പട്ട് മണ്ണടിഞ്ഞു.

ചെപ്പേടിനെ തോണ്ടിയെടുത്ത് കിണറ്റിലിട്ടു. തുള്ളിയില്ലാതെ കിണറ് വറ്റിപ്പോയി. പുഴയിലെറിഞ്ഞപ്പോൾ മീനുകൾ ചത്തുപൊന്തി.

ഒടുവിൽ ചെപ്പേടിനെ ഉരുക്കി മേനോന്റെ അണ്ണാക്കിലേക്ക് ഒഴിച്ചുകൊടുത്തു.

മേനോന്റെ കഴുത്തിൽ കാളകൂടംപോലത് സ്വസ്തിപ്രാപിച്ചു.

നേരും നെറിയും

സ്വന്തം വീരചരിതങ്ങൾക്ക് കാതോർക്കാൻ ഒരു എരപ്പാളിയും തയ്യാറാകാത്തതിൽ ഖിന്നനായാണ് അനന്തൻമേനോൻ ജീവചരിത്രം എഴുതിക്കാൻ ഒരുമ്പെട്ടത്.

അങ്ങനെ 1945 ൽ ജനിച്ച മേനോൻ കോഴിക്കോട്ടെ ഉപ്പുസത്യഗ്ര ഹവും സ്വാതന്ത്ര്യസമരവും മുതലിങ്ങോട്ടുള്ള സകല പ്രക്ഷോഭങ്ങളിലും കൊടിപിടിച്ച് മുന്നിൽനിന്നു.

ലാത്തിയടിയേറ്റ് മുതുക് പുളഞ്ഞു. ജയിലഴികൾ കരഞ്ഞു.

പുസ്തകം പുറത്തിറങ്ങി പത്താംനാൾ എഴുതിയവന്റെ കൈ പുഴുത്തുപോയി. അച്ചടിച്ച പ്രസ് തീപ്പെട്ടും പോയി.

ഛായാചിത്രം

ചി ത്രകാരനെ ആർഭാടത്തോടെ ആനയിച്ച് അനന്തൻമേനോൻ തന്റെ ഇംഗിതം അറിയിച്ചു.

തറവാടിന്റെ പൂമുഖത്ത് സ്ഥാപിക്കാനാണ് ചിത്രം. കാരണവന്മാ രുടേതിനേക്കാൾ വലുതും ഗംഭീരവുമാകണം. കൈനിറയെ പണം തരും.

രണ്ടാംനാൾ ചിത്രകാരൻ സഞ്ചിമുറുക്കി പടിയിറങ്ങി.

ഇങ്ങനെയുള്ള ഒരാളെ കാണുന്നത് ജീവിതത്തിലാദ്യം! ഇത്രയും മുഖങ്ങളുള്ള ഒരാളെ വരയ്ക്കുന്നത് എങ്ങനെ?

അങ്ങനെ മേനോന്റെ ഛായാചിത്രം വരയ്ക്കാൻ വന്ന പത്താമത്തെ ചിത്രകാരനും പടിയിറങ്ങി.

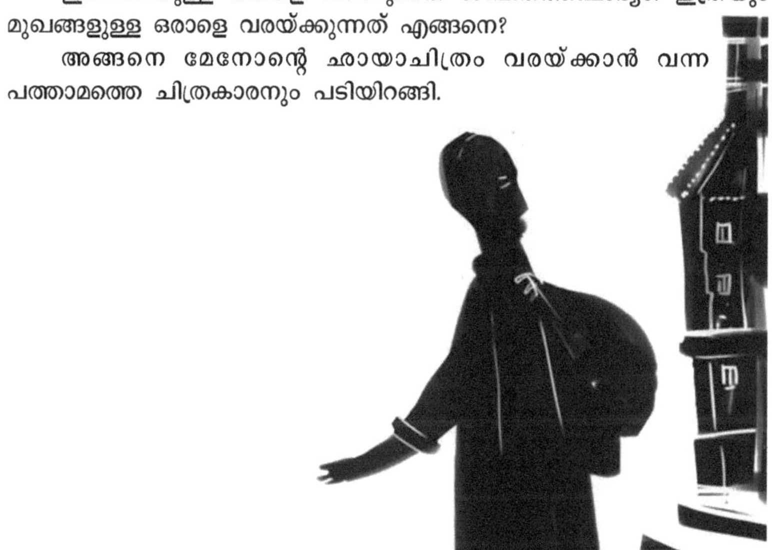

ഹൃദയം

കൂടെ നില്ക്കുന്നവർക്ക് ഹൃദയം പറിച്ചുകൊടുക്കും മേനോൻ. അങ്ങനെയാണത്രേ മേനോനൊരു ഹൃദയമില്ലാത്തവനായി തീർന്നത്.

സൗമ്യൻ

അധികാരക്കസേരയിൽ ഇരിപ്പുറപ്പിച്ചതുമുതൽ മേനോൻ ഏറെ സൗമ്യനും ഉദാരനുമായിത്തീർന്നു. പ്രത്യേകിച്ചും സ്ത്രീകളോട്.
അതിനാൽ സ്ത്രീകളാരും മേനോന്റെ ക്യാബിനിലേക്ക് ഒറ്റയ്ക്ക് ചെന്നില്ല.

ആത്മകഥ

ഉണ്ടിരുന്ന മേനോന് ഒരുനാൾ ഒരു ഉൾവിളിയുണ്ടായി. ആത്മകഥ വിരചിക്കണം. തട്ടുംതടവുമില്ലാതെ മനസ്സിലുള്ളതെല്ലാം പേപ്പറിൽ പകർത്തി.

സത്യമേ ഇതിലുള്ളൂ എന്ന് സമ്മതിച്ചു. കെട്ട ജീവിത ദുർഗ്ഗന്ധമല്ലേ നിറയെ? സാറിന്റെ നിലയും വിലയും നോക്കേണ്ടേ? - വായിച്ച വിശ്വസ്തർ ഓർമ്മപ്പെടുത്തി.

മേനോന് ആധിപെരുത്തു. ആത്മകഥ രചിക്കുമെന്ന് പ്രഖ്യാപിച്ചും പോയി.

ഒടുവിലൊന്ന് ഒത്തുകിട്ടി. പഴയൊരു സ്വാതന്ത്ര്യസമര സേനാനി യാൽ വിരചിതം. അപ്രകാശിതം. സേനാനിയുടെ സ്ഥലത്തെല്ലാം അനന്തൻമേനോനെ പ്രതിഷ്ഠിച്ചു.

ഇത്രയും നല്ലൊരു ജീവിതം നയിക്കാൻ കഴിഞ്ഞ മേനോനൊരു സുകൃതിതന്നെ!

ഡാർവിൻ തിയറി

കുറച്ചുകാലത്തെ അധികാരപർവ്വത്തിനുശേഷം അതേ സ്ഥാപന ത്തിലെ തൊഴിലാളി സംഘടനയുടെ നേതാവാകേണ്ടിവന്നു മേനോൻ.

"എല്ലാറ്റിനെയും പണത്തിന്റെ മൂല്യംവച്ച് കണക്കാക്കരുത്. സേവന സന്നദ്ധതയുടെ പാതകൾ മറക്കരുത്. ഇതിൽക്കൂടുതൽ വേതനം മാനേ ജ്മെന്റിന്റെ ഭാഗത്തുനിന്നും പ്രതീക്ഷിക്കരുത്."- അധികാര സ്ഥാന ത്തിരുന്ന് കല്പിച്ചു മേനോൻ.

പാന്റ്സ് ധരിച്ച് ഇൻസെർട്ട് ചെയ്ത് കാറിൽ വന്നിറങ്ങിയിരുന്ന മേനോൻ ഇപ്പോൾ മുണ്ടിലേക്കും ചുളിഞ്ഞ ഷർട്ടിലേക്കും മാറിയെന്നു മാത്രം.

വികാരവിക്ഷുബ്ധനായി മേനോൻ തൊഴിലാളികളോട് സംസാരിച്ചു: "അധികാരികൾ കണ്ണുതുറന്നേ മതിയാകൂ. ഇവരും ഈ രാജ്യത്ത് ജീവി ക്കുന്നവരാണെന്ന് മനസ്സിലാക്കണം. നിങ്ങളീ കൊടുക്കുന്ന നക്കാപ്പിച്ച ശമ്പളംകൊണ്ട് എങ്ങനെ ഒരു കുടുംബം പുലരും? അതിനാൽ അധികാര സോപാനത്തിന്റെ ചില്ലുമേടയിലിരിക്കുന്നവരോട് ഞാൻ പറയുന്നു....."

മേനോന്റെ രൂപാന്തരപ്രാപ്തിക്കു വേണ്ടിവന്ന സമയം കഷ്ടി രണ്ടുമാസം. ഡാർവിനൊരു മണ്ട് കെണോശൻതന്നെ!

ആത്മാഭിമാനം

മേനോൻ ജന്മനാ ഒരഭിമാനിയാണ്.

തൂവെള്ള തോല്ക്കും വേഷ്ടിയണിഞ്ഞ് നിരത്തിലൂടെ ആഗതനായ അനന്തൻമേനോനെ വശംകെട്ടുവന്ന ഒരു ബസ് ചെളിതെറിപ്പിച്ചു. പിന്നാലെ ടാക്സി പിടിച്ച് പുറപ്പെട്ട മേനോൻ കാറ് വട്ടംചുറ്റിച്ചുനിർത്തി ബസിൽ കയറി കസർത്തുകാട്ടി. ഡ്രൈവറെയും തടസ്സംപിടിക്കാൻ വന്ന കണ്ടക്ടറെയും തെറികൊണ്ട് ചെളിമുക്കിയെടുത്തു. എന്നിട്ടും കലിപ്പ് തീരണില്ലല്ല് ദൈവമേ! ഇറങ്ങീട്ട് ബസിന് പുറകിൽ കാലുവച്ചൊരു തൊഴി വച്ചുകൊടുത്തപ്പൊ സമാധാനമായി.

പാട്ടവണ്ടികൊണ്ട് സെപ്റ്റിക്കായ ഡയബറ്റിക് കാലിനെ രക്ഷിച്ചെ ടുക്കാൻ ചെലവായത് കാൽലക്ഷം രൂപ. എങ്കിലെന്ത് ആത്മാഭിമാനം തിരികെപ്പിടിച്ചില്ലേ മേനോൻ!

ആദർശം

ആ ദർശ രാഷ്ട്രീയത്തിന്റെ അപ്പോസ്തലനായി മേനോൻ ഏറെനാൾ അഭിരമിച്ചു.

മേനോന്റെ മോളെ കെട്ടിച്ചുവിട്ടപ്പൊ കഴുത്തിലിട്ടത് പത്ത് പവൻ— ഒറ്റമോളാണ്.

മോനെ സ്റ്റേറ്റിലയയ്ക്കാതെ പഠിപ്പിച്ചത് നാട്ടിൽ—ഒറ്റമോനാണ്.

മാളിക പണിയാനൊത്തില്ല; ബാറിൽ മിനുങ്ങാനായില്ല; ക്ലബ്ബിൽ മെമ്പറായില്ല.

കോടികൾ ബാങ്ക് അക്കൗണ്ടിലുള്ളപ്പോഴും പിച്ചക്കാരന്റേതു പോലുള്ള ജീവിതം.

ആദർശരാഷ്ട്രീയത്തിന് ഇത്രേം ഭാരമുണ്ടാകുമെന്ന് അപ്പനറി യില്ലായിരുന്നു മക്കളേ!

അച്ചടക്കം

അനന്തൻമേനോന്റെ സ്കൂൾ. അച്ചടക്കം പ്രധാനം.

സ്കൂളിലെ കഞ്ഞിവെപ്പുകാരി തള്ളേടെ മോനെ മേനോന്റെ മോൻ ഇടിച്ച് ഈഞ്ചപ്പരുവമാക്കി.

പ്യൂണിന്റെ മോനെ സസ്പെന്റ് ചെയ്തു.

മേനോന്റെ മോനിത് ചെയ്തെന്നിരിക്കട്ടെ, പ്യൂണിന്റെ മോനിത് പറഞ്ഞുനടന്ന് സ്കൂളിന് ചീത്തപ്പേരുണ്ടാക്കാൻ കൊള്ളാമോ?

മേനോന്റെ സ്കൂൾ, അച്ചടക്കം സർവ്വപ്രധാനം.

സാമൂഹ്യസേവനം

സാമൂഹ്യസേവനം ജീവിതവ്രതമാക്കിയെടുക്കുന്നതായി പ്രഖ്യാപിച്ചു മേനോൻ. ചെറിയൊരു ഇട്ടാവട്ടത്തിൽ സേവനമേഖലയെ ഒതുക്കി നിർത്താൻ ആഗ്രഹിക്കുന്നില്ല അയാൾ. അതിനാലാണ് തന്നെ ഇലക്ഷനിൽ മത്സരിപ്പിക്കണമെന്നും കുറഞ്ഞ പക്ഷം മന്ത്രിയെങ്കിലുമാക്കണ മെന്നും മേനോൻ പാർട്ടിയോട് നിരന്തരം ആവശ്യപ്പെടുന്നത്.

കാണാതായവർ

പതിവ് പൊങ്ങച്ചക്കാരെയും ആത്മരതിക്കാരെയും കടത്തിണ്ണയിൽ കാണാഞ്ഞ് മേനോൻ കുണ്ഠിതപ്പെട്ടു.

നശിച്ചവന്മാര് എന്നോം വിളിക്കാതെ എവിടെപ്പോയി?

മഷിയിട്ടു, പ്രശ്നംവെച്ചു, നേർച്ചനേർന്നു.

പൊടിപോലുമില്ല കണ്ടുപിടിക്കാൻ.

ഒടുവിൽ പ്രാർത്ഥനയ്ക്ക് ഫലമുണ്ടായിരിക്കുന്നു.

ഫെയ്സ്ബുക്കിൽ എല്ലാവരും സുരക്ഷിതരായുണ്ടത്രേ.

മുന്നും പിന്നും നോക്കിയില്ല, മേനോനും തുടങ്ങി ഒരക്കൗണ്ട്.

ഇലക്ഷൻ

പാർലമെന്റ്, നിയമസഭ, ജില്ല, ബ്ലോക്ക് തിരഞ്ഞെടുപ്പുകളിലൊക്കെ മത്സരിക്കാൻ മേനോൻ തച്ച ഉടുപ്പ് മുഷിഞ്ഞിട്ട് കാലമേറെയായി.

പഞ്ചായത്ത് തിരഞ്ഞെടുപ്പിൽ മത്സരിപ്പിച്ചില്ലേൽ ആത്മഹ ത്യചെയ്യുമെന്ന് ഭീഷണിപ്പെടുത്തി. ജയിച്ചാൽ പഞ്ചായത്ത് പ്രസിഡന്റാ കാനുള്ള കളിയൊക്കെ മേനോനറിയാം.

ജനിച്ച സ്ഥലത്തുതന്നെയുള്ള ഉറച്ച സീറ്റിൽ മത്സരിച്ചു.

ഫലംവന്നപ്പോൾ: റീം.

സാരോപദേശം: എല്ലാവർക്കും അനന്തൻമേനോനെ 'അറിയാം'. അതിനാൽ അടുത്തവട്ടം ജില്ല വിട്ട് മത്സരിക്കുന്നത് ഉചിതം.

ഇലക്ഷൻ 2

അനന്തൻമേനോൻ വീണ്ടും പഞ്ചായത്ത് തിരഞ്ഞെടുപ്പിന്റെ ഗോദയിലെത്തി. മുൻതോല്വിയുടെ പാഠമുൾക്കൊണ്ട് മറ്റൊരുജില്ലയിൽ വീടുവാങ്ങി താമസമുറപ്പിച്ചു. ചിരിയൊഴിയാത്ത മുഖവുമായി ബന്ധങ്ങൾ സ്ഥാപിച്ചു. മരണത്തിനും കല്യാണത്തിനും പങ്കുകൊണ്ടു. ഉറച്ചസീറ്റ് പിടിച്ചുവാങ്ങി മേനോൻ കരുത്തുകാട്ടി.

ഫലംവന്നപ്പോൾ: റീം.

സാരോപദേശം: ചീത്തപ്പേരിന് പ്രകാശത്തേക്കാൾ വേഗത്തിൽ സഞ്ചരിക്കാനുള്ള കഴിവുണ്ട്.

ഉയരം കൂടുന്തോറും
ശ്രീജിത് പെരുന്തച്ചൻ

ഹെലികോപ്റ്ററിലൂടെ ദുരന്തബാധിതർക്ക് ഭക്ഷണം എറിഞ്ഞു കൊടുക്കുന്നത് ഉയരംകൂടുന്തോറും ഭക്ഷണത്തിന് സ്വാദ് കൂടും എന്നതിനാലാണ് എന്നുപറഞ്ഞാൽ എങ്ങനെയിരിക്കും? അത്തരക്കാർക്ക് വായിച്ചുപഠിക്കാനും കുറ്റബോധംകൊണ്ട് വീർപ്പു മുട്ടാനുമുള്ളതാണ് എസ്.ആർ. ലാലിന്റെ 'ദുരവസ്ഥ' എന്ന കഥ. അതാണല്ലോ നിരത്തിലെ കരച്ചിൽ കേൾക്കാൻ കരളുറപ്പില്ലാത്തതിനാലാണെന്നു പറഞ്ഞ് വിമാനത്തിൽ സഞ്ചരിക്കുന്നതിനെക്കുറിച്ച് ലാൽ എഴുതിയത്. കഥയിങ്ങനെ:

"നാട്ടിലെ പട്ടിണി കാണാനുള്ള കരുത്തില്ലാഞ്ഞിട്ടാണ് ഫൈവ്സ്റ്റാർ ഹോട്ടലിൽനിന്നും ഭക്ഷണം കഴിക്കുന്നത്.

നിരത്തിലെ നിലവിളി കേൾക്കാൻ കരളുറപ്പില്ലാത്തതിനാലാണ് വിമാനത്തിൽ സഞ്ചരിക്കുന്നത്.

നാട്ടിൽ അത്രയും തൊഴിലു കൂടുമല്ലോ എന്നു കരുതീട്ടാണ് നിങ്ങളീ പറയുന്ന കൂറ്റൻ മാളിക പണിയുന്നത്.

കൂലിപ്പണിക്കാരോടുള്ള ബഹുമാനം ഒന്നുകൊണ്ട് മാത്രമാണ് ഞാനവരുമായി ഇടപഴകാത്തത്.

ഇത്രയും മനസ്സുതുറന്നിട്ടും നിങ്ങളെന്നെ സംശയിക്കുന്നത് എന്തുകൊണ്ടാണെന്ന് എനിക്ക് മനസ്സിലാകുന്നില്ല!

ശുദ്ധാത്മാക്കളെ ക്രൂശിക്കുന്ന നിങ്ങളോട് ദൈവം ചോദിക്കും."

ഇത് വാർധക്യത്തിൽ ആ മുഖത്തെ ദൈന്യതകാണാൻ വയ്യാഞ്ഞാണ് ഞാൻ അച്ഛനെ തിരിഞ്ഞുപോലും നോക്കാത്തത് എന്ന് മകൻ പറയുന്നതുപോലെയുണ്ട്. ഗ്രഹണിപിടിച്ച് വയർ ഉന്തിനിൽക്കുന്ന കുട്ടികളെ കണ്ട് കാറിലൂടെ പോകുന്ന നേതാവ് പറയുന്നപോലെയും –

കണ്ടില്ലേ എല്ലാം കുടവയറന്മാർ. ഭക്ഷ്യസുരക്ഷയുടെ നാടാണ് എന്റേതെന്ന്. നാട്ടിലൂടെ കാറോടിക്കാനല്ലാതെ കണ്ണോടിക്കാൻകൂടി നേരംകിട്ടാത്ത നേതാക്കന്മാരെ ഓടിക്കാൻ തോന്നും ഈ കഥ വായിച്ചാൽ.

ആർക്കുമുന്നിലും നേർ വെളിപ്പെടുത്താതെ മനസ്സ് ഒരു ഇരുട്ടറയാക്കി വച്ചിരിക്കുന്നവർക്ക് നേരെയുള്ള കൂവലാണ് ലാലിന്റെ കഥ. മരങ്ങളും പക്ഷിക്കാഷ്ഠവും നാടിനൊരു ശല്യമാവേണ്ട എന്നു കരുതിയാണ് ഞാൻ ഇവിടെയെല്ലാം വെട്ടിവെളുപ്പിച്ചത് എന്നുപറഞ്ഞ് സൈലന്റ് വാലി പോലുള്ള സ്ഥലങ്ങളെ വയലന്റ് വാലിയാക്കുന്നവരുടെ ഇരട്ടത്താപ്പു കണ്ട് സഹിക്കാൻ വയ്യതാകുമ്പോൾ ചിലർ കുടിലുകെട്ടി സമരം ചെയ്യും. ലാൽ കുടിലിന്റെ സ്ഥാനത്ത് ഒരു ചെറിയ കഥകെട്ടി.

ഭിക്ഷക്കാരന് ഒരു നാണയത്തുട്ട് കൊടുക്കുന്നതിലല്ല നിങ്ങളുടെ സന്മനസ്സ്. ആ നാണയം നിങ്ങളുടെ കൈയിൽ നിന്നുപോയെങ്കിലും അത് നിങ്ങളെ ഒരുതരത്തിലും ബാധിക്കുന്നില്ല. മറിച്ച് നിങ്ങൾ ഭിക്ഷക്കാരനെ സഹായിക്കുന്നത് ജീവിതത്തിൽ ഏതെങ്കിലും വിധത്തിൽ ബുദ്ധിമുട്ടിയോ ക്ലേശിച്ചോ ആണ് എങ്കിൽ അതിലാണ് മഹാമനസ്കത എന്നുപറ യാറുണ്ട്. അങ്ങനെ ചിന്തിക്കുന്നവരും നമുക്കിടയിൽ ഉള്ളപ്പോഴാണ് പട്ടിണി കാണാൻ കരുത്തില്ലാഞ്ഞ് ചിലർ ഫൈവ്സ്റ്റാർ ഹോട്ടലിൽ പോകുന്നത്.

അധികാരവും പണവും കയ്യടക്കിവച്ചിരിക്കുന്ന ദന്തഗോപുരവാ സികളുടെ മനോഗതത്തെക്കാൾ എത്രയോമേലെയാണ് പീഡിതരുടെ ദൈവസങ്കല്പം എന്ന് ലാലിന്റെ കഥ വായിച്ചപ്പോൾ ഓർത്തുപോയി. പിന്നെ എവിടെയോ വായിച്ച ഈ കഥയും ഓർത്തുപോയി.

പണ്ട് കൊട്ടാരത്തിലെ പണിയെടുത്ത് കുഴഞ്ഞുപോയ ഒരു ദേവദാസി അകത്തളങ്ങൾ തൂത്തു തുടയ്ക്കുന്നതിനിടെ രാജാവിന്റെ കിടപ്പുമുറിയിലെ പട്ടുമെത്തമേൽ അറിയാതെ കിടന്നു. ക്ഷീണം കാരണം അൽപം ഉറങ്ങിപ്പോയി. രാജാവ് ഇതുകണ്ട് ക്രുദ്ധനായി ആ സ്ത്രീയുടെ മുഖത്ത് പലതവണ ആഞ്ഞടിച്ചു. അവർ ആദ്യംചിരിച്ചു. പിന്നെ പൊട്ടി ക്കരഞ്ഞു. അൽഭുതത്തോടെ രാജാവ് ചോദിച്ചു, നീ ആദ്യം ചിരിച്ചത് എന്തുകൊണ്ടാണെന്ന്. എനിക്ക് തക്ക ശിക്ഷകിട്ടിയല്ലോ എന്നോർത്ത് ചിരിച്ചതാണെന്നായി അവൾ. 'ഒരുനേരം ആ കിടക്കയിൽ മയങ്ങിയപ്പോയ എന്നെ അങ്ങ് അടിച്ചു. എങ്കിൽ എന്നും അവിടെ ശയിക്കുന്ന അങ്ങ യ്ക്കുവേണ്ടി അള്ളാഹു എത്ര അടികളാവും കരുതി വച്ചിട്ടുണ്ടാവുക എന്നോർത്താണ് ഞാൻ കരഞ്ഞത്' എന്നും അവൾ പറഞ്ഞു. ഈ മറുപടി കേട്ട് സ്തബ്ധനായ രാജാവ് കൊട്ടാരവും സുഖസൗകര്യങ്ങളും ഉപേക്ഷിച്ച് ഫക്കീറായി ദേശാടനം നടത്തി എന്നാണ് കഥ.

ആത്മാർഥതയില്ലാതെ ഓരോന്നു സംസാരിക്കുകയും ഓരോന്നു പ്രവർത്തിക്കുകയും ചെയ്യുന്നവർക്ക് ദൈവം എത്ര അടികളാവും കരുതിവച്ചിട്ടുണ്ടാവുക എന്നു ചിന്തിച്ചപ്പോഴാവും ലാലിന് 'ദുരവസ്ഥ'

എന്ന കഥ എഴുതാൻ തോന്നിയത്.

ഊതിയാൽ പറക്കുന്ന പൊള്ളയായ വീരവാദം മുഴക്കുന്നവരുടെ വെറുംവാക്കിനെക്കാൾ ബലമുണ്ട് കാറ്റത്തുലയുന്ന വേലിക്കലെ മുരിങ്ങമരത്തിന് എന്ന് ഓർമിപ്പിക്കുന്ന കഥയെഴുതിയതിന് ഈ കഥാകൃത്തിനോട് നമ്മൾ നന്ദിയുള്ളവരാവുക. കഥയിലൂടെ ലാൽ വലിച്ചു പുറത്തിടുന്നത് നമ്മളിൽ ചിലരുടെ പൊയ്മുഖമാണെന്നതിനാൽ ലാലിന് ഒരു ലാൽസലാം കൊടുക്കേണ്ടതുണ്ട്.

വർത്തമാനകാലത്തിന്റെ നോട്ടമാണ് കഥകൾ

എസ് ആർ ലാൽ / വി ജി നകുൽ

അനാഥത്വത്തിന്റെ ഭാരംപേറുന്ന വാർദ്ധക്യത്തിന്റെ വിഹ്വലതകളിലൂടെ താങ്കളിലെ കഥാകാരൻ യാത്രചെയ്തിട്ടുണ്ട്. അത്തരം കാഴ്ചകളിൽ നിന്ന് മലയാള കഥ നോട്ടം മാറ്റിയ പുതിയ കാലത്തെ എങ്ങിനെ വിലയിരുത്തുന്നു.

വർത്തമാനകാലത്തിന്റെ നോട്ടമാണ് എന്നെ സംബന്ധിച്ച് കഥകൾ. വർത്തമാനകാലം കഥയ്ക്കകത്ത് കടന്നുവരാതെ വയ്യ. ഭൂതകാലത്തിൽ നിന്നും കഥയുടെ വേരുകൾ ജലമൂറ്റിയെടുക്കുന്നുണ്ട്; ഭാവിയെപ്പറ്റി സ്വപ്നംകാണുന്നുണ്ട്. എങ്കിലും കഥ അതിന്റെ കൊമ്പു കൾ വിരിച്ചുനിന്ന് വായനക്കാരെ ആകർഷിക്കുന്നത് വർത്തമാനകാ ലവുമായി സംവദിച്ചുകൊണ്ടാണ്. വർത്തമാനകാലത്തെ യാഥാർഥ്യമാണ് വാർദ്ധക്യം അനുഭവിക്കുന്ന വിഹ്വലതകൾ. ഞാൻ അപ്പൂപ്പനോടും അമ്മൂമ്മയോടുമൊപ്പം ഏറെനാൾ താമസിച്ച ആളാണ്. വാർദ്ധക്യം എത്ര ആനന്ദകരമായ അവസ്ഥയാണെന്ന് ഞാൻ കൺമുന്നിൽ കണ്ടതാണ്. അവരിൽനിന്നാണ് പുരാണകഥകൾ ഞാൻ കേട്ടത്. ഇന്നലെകളിലെ മനുഷ്യരെക്കുറിച്ച്, അവരുടെ ജീവിതത്തെക്കുറിച്ച് അറിഞ്ഞത്. അവരും ഞങ്ങളോടൊപ്പമുള്ള ജീവിതം ആസ്വദിച്ചിട്ടുണ്ടെന്നാണ് തോന്നുന്നത്. അത്തരം ജീവിതത്തിൽ നിന്നും പുതിയകാലത്തെ വൃദ്ധരുടെ ജീവിതം മാറിപ്പോയത് എന്നെ ചിന്തിപ്പിച്ചിട്ടുണ്ട്. ആ വിഷയം പ്രമേയമാക്കി എഴുതിയ കഥകൾ പിന്നീടും ചിലർ ഓർത്തുവയ്ക്കുകയും പറയുകയും ചെയ്യുമ്പോൾ സന്തോഷം തോന്നാറുണ്ട്.

വാർദ്ധക്യം പ്രമേയമായി വരുന്ന കഥകളുടെ ഒരു സമാഹാരവും

ഞാൻ എഡിറ്റ് ചെയ്ത് പുറത്തിറക്കിയിരുന്നു. 'നര' എന്നപേരിൽ. മാധവി ക്കുട്ടി, കോവിലൻ, സക്കറിയ, സി.വി. ശ്രീരാമൻ തുടങ്ങി നിരവധിപേരുടെ കഥകൾ അതിലുണ്ടായിരുന്നു.

കഥയിലേക്ക് പലകാലത്തും പല പ്രമേയങ്ങൾ കടന്നുവരാറുണ്ട്. വാർദ്ധക്യമെന്ന യാഥാർഥ്യത്തെ വർത്തമാനകാല കഥാകൃത്തുക്കൾക്ക് പാടേ അവഗണിക്കാനാകില്ല.

അതോടൊപ്പം, താങ്കളുടെ 'ഭൂമിയിൽ നടക്കുന്നു' എന്ന കഥാപുസ്തകം ലളിതാഖ്യാനങ്ങളുടെ സമാഹാരമാണ്. ലാളിത്യം താങ്കളുടെ സമകാ ലികരായ മറ്റെഴുത്തുകാർക്ക് വേണ്ടാതായ ഒന്നായിട്ടും എന്താണിങ്ങനെ എഴുതാനുള്ള പ്രേരണയ്ക്കു പിന്നിൽ

പറയാനുംമാത്രം വലിയ ദുർഗ്രഹതകളൊക്കെ ജീവിതത്തിലുണ്ടോ? ലളിതമായി ജീവിതത്തെ കാണാൻ ആഗ്രഹിക്കുന്ന ഒരാളാണ് ഞാൻ. നമുക്കുംചുറ്റും കാണുന്ന ജീവിതം, മനുഷ്യർ, അവരുടെ ജീവിതാ സക്തിയാൽ വന്നുപോകുന്ന ഇടങ്ങേറുകൾ, കാപട്യങ്ങൾ, സ്വപ്നങ്ങൾ, കുരുക്കുകൾ ഇതൊക്കെയാണല്ലോ കഥകളുടെ എന്നത്തെയും പ്രമേയങ്ങൾ. ഇതിനെ ലളിതമായി പറയാനാകുമോ എന്നതാണ് ഞാൻ ആലോചിക്കുന്നത്. ഭാഷകൊണ്ട് ഇവയെയൊക്കെ നന്നായി പറയാൻ കഴിയുമെന്ന് കുറേനാൾ വിചാരിച്ചിരുന്ന ശുദ്ധനായിരുന്നു ഞാൻ. ഇപ്പോൾ ആലോചിക്കുമ്പോൾ, എത്രമാത്രം തെറ്റിദ്ധാരണനിറഞ്ഞ തായിരുന്നു എന്റെ കാഴ്ചപ്പാടെന്ന് മനസ്സിലാകുന്നു. പരിചയമുള്ള ചില വ്യക്തികളെ , അവരുടെ ജീവിതപരിസരത്തെ ആവിഷ്കരിക്കാൻ ശ്രമിച്ചപ്പോഴായിരുന്നു അത്. അത്തരം മനുഷ്യർ കടന്നുപോയ അനുഭവങ്ങളെ, അവരുടെ പ്രതിസന്ധികളെ അതിന്റെ നൂറിലൊന്നു പോലും തീവ്രതയോടെ എന്റെ വാക്കുകൾക്ക് ആവിഷ്ക്കരിക്കാൻ കഴി യാതെ വരുന്നല്ലോ. ചിലർ പറയുന്ന അനുഭവത്തെപ്പോലും അതിന്റെ അതേ നെഞ്ചെരിപ്പോടെ ആവിഷ്ക്കരിക്കാൻ കഴിയാറില്ല. എത്ര ലളിതമായിട്ടായിരിക്കും അവർ ആ അനുഭവത്തെ നമ്മോട് പങ്കുവെച്ചത്. ആഴത്തിലുള്ള അനുഭവത്തിന്റെ നിരവധി അർഥതലങ്ങളുള്ള കാര്യ ങ്ങളാവും അവർ നിസംഗതയോടെ, അല്ലെങ്കിൽ കണ്ണീരമർത്തി, ഇല്ലെങ്കിൽ പൊട്ടിച്ചിരിയോടെ പറയുക. അതുപോലെ കഥയിലും പറ യാനായെങ്കിലെന്ന് കൊതിച്ചുപോകാറുണ്ട്. അതുപോലും ആവുന്നില്ലല്ലോ എന്ന് വ്യസനംതോന്നാറുമുണ്ട്.

ഏറെ ദുർഗ്രഹതയോടെ, വളച്ചുചുറ്റി, പരീക്ഷണാത്മകമായി എഴു തുന്ന കഥയിൽ നിന്നും വായനക്കാരൻ നേർരേഖയിൽ ഒരു കഥ കണ്ടെത്താൻ പാടുപെട്ട് ശ്രമിക്കും. അത്തരത്തിൽ വായനക്കാരെ

ബുദ്ധിമുട്ടിക്കാൻ എനിക്ക് തീരെ താൽപര്യമില്ല.

അത്തരത്തിൽ കഥകളിലേക്ക് കടക്കുന്നതിന്റെ ഫലമാകാം 'ജീവിത സുഗന്ധി' എന്ന ചെറിയ കഥകളുടെ സമാഹാരത്തിലേക്ക് വരുമ്പോൾ താങ്കളുടെ ഭാഷ കൂടുതൽ ചെത്തിയൊരുക്കപ്പെടുന്നത്

ചെറിയകഥകളിൽ കാപട്യം കാണിക്കാൻ പ്രയാസമാണ്. വായനക്കാരൻ എളുപ്പം എഴുത്തുകാരന്റെ ചെവിക്കുപിടിക്കും. ചെറുതാ യതിനാൽ പെട്ടെന്നത് വായിക്കും. പിന്നീടൊരു 'നല്ലസമയ'ത്തേക്ക് വായി ക്കാനായി മാറ്റിവയ്ക്കില്ലെന്നതാണ് പ്രധാനം. വായനക്കാരനുള്ളിലേക്ക് ഏതുനേരവും കടന്നുചെല്ലാനുള്ള തുറന്നവാതിലുകളാണ് ചെറിയ കഥകൾ. അതിനകത്ത് കാമ്പില്ലങ്കിൽ അതേ വാതിലിലൂടെ തിരിച്ചിറ ങ്ങിപ്പോകേണ്ടിയും വരും. ഏറ്റവും കുറച്ച് വാക്കുകൾകൊണ്ട്, ഏറ്റവും നന്നായി പറയാനുള്ളത് പറയുക. അത് വിചാരിക്കുന്നത്ര എളുപ്പമുള്ള കാര്യമായി തോന്നുന്നില്ല. പല മുനകളുള്ള, ചെത്തിക്കൂർപ്പിച്ച ഭാഷ തീർച്ചയായും ചെറിയ കഥകൾക്ക് വേണ്ടതുണ്ട്. അതിനുള്ള പരിശ്രമമൊക്കെയാണ് ചെറിയ കഥകൾ എഴുതുമ്പോൾ ശ്രമിക്കാറുള്ളത്. വിജയിച്ചുവോ എന്ന് പറയേണ്ടത് വായനക്കാരും.

കഥകളോടൊപ്പം ചെറുതെങ്കിലും ശ്രദ്ധേയമായ രണ്ട് നോവലുകളും താങ്കളെഴുതിയിട്ടുണ്ട്. ദീർഘമായ വലിയ ക്യാൻവാസിൽ പറയുന്ന ഒരു നോവൽ വായനക്കാരന് പ്രതീക്ഷിക്കാമോ

നോവലെന്നത് വിഭ്രമിപ്പിക്കുന്ന ഒന്നാണ് എനിക്ക്. അതിന്റെ അനന്ത സാധ്യതകളെക്കുറിച്ചുപോലും എനിക്ക് പൂർണതോതിൽ അറിവില്ല. ഒരെഴുത്തുകാരന്റെ ആന്തരികശക്തിയെ പരീക്ഷിക്കുന്ന ഉരകല്ലാണ് നോവലെന്ന് പറഞ്ഞാൽ തെറ്റില്ല. ശ്രമകരമായ വലിയ ജോലിയാണിത്. ആ പരിശ്രമത്തെക്കുറിച്ച് പഴയ എഴുത്തുകാർ വേണ്ടത്ര പറഞ്ഞിട്ടില്ലെന്ന് തോന്നുന്നു. ഈയിടെ വീണ്ടും എസ്.കെ. പൊറ്റെക്കാട്ടിന്റെ 'വിഷകന്യക' എന്ന നോവൽ വായിച്ചു. അതിന്റെ മുഖവുരപോലെ, ഏതാനും വാക്കുകളിൽ വിഷകന്യക രൂപപ്പെട്ടതിന്റെ സാഹചര്യം എസ്.കെ. വിവരിക്കുന്നുണ്ട്. ആദ്യകാല കുടിയേറ്റക്കാരുടെ പ്രദേശങ്ങളിൽ എസ്.കെ. ചെലവഴിച്ച്, അവരുടെ ജീവിതം മനസ്സിലാക്കാൻ ശ്രമിച്ചതിനെക്കുറിച്ച് അതിൽ പറയുന്നുണ്ട്.

അപ്പോ, അത്തരം പരിശ്രമങ്ങൾ നോവലിൽ വേണ്ടിവരുന്നുണ്ട്. ഒന്നോരണ്ടോ കഥാപാത്രത്തിന്റെ സഞ്ചാരങ്ങൾ പോര. വ്യത്യസ്തമായ കഥാപാത്രങ്ങൾ വേണം. അവർക്ക് നോവലിൽ ഇടംവേണം. അവർക്ക് പാർക്കാനുള്ള പാർപ്പിടങ്ങൾ വേണം, കഥ വളരണം. ജീവിതത്തിന്റെയും

കഥാപാത്രങ്ങളുടെയും തുടർച്ചകൾ വേണ്ടതുണ്ട്. എങ്കിലും നോവലെഴുതാനാണ് ഞാനിപ്പോൾ ആഗ്രഹിക്കുന്നത്. അത് തരുന്ന സ്വാതന്ത്ര്യം, ആനന്ദം ചെറുകഥയെഴുത്തിനേക്കാൾ വലുതാണെന്നാണ് എന്റെ പക്ഷം.

വരാൻ പോകുന്ന നോവൽ കുറച്ചുകൂടി വലുപ്പമുള്ളതാണ്. മുന്നൂറ് പേജിലധികം വരുമെന്നുതോന്നുന്നു. അത്രയും എഴുതിയുണ്ടാക്കാൻ കഴിഞ്ഞതിൽ സന്തോഷമുണ്ട്. അത് വായനക്കാരൻ സ്വീകരിച്ചെങ്കിൽ മാത്രമേ സന്തോഷിക്കുന്നതിൽ അർഥമുള്ളൂതാനും. എന്തായാലും വായനക്കാരനെ പരീക്ഷിക്കുന്ന ഒന്നും നോവലിലില്ല. വായനക്കാരനെ ചേർത്തുനിർത്തി ഒപ്പം കൊണ്ടുപോകാൻ ആവുംവണ്ണം ശ്രമിച്ചിട്ടുണ്ട്.

'കളിവട്ടം' എന്ന നോവൽ ഹിംസാത്മകതയുടെ മറ്റൊരുതലം അടയാളപ്പെടുത്തുന്ന മൂർച്ചയുള്ള രചനയാണ്. ഒരുപക്ഷേ അത് കുറച്ചുകൂടി സമഗ്രമാക്കാമായിരുന്നു എന്ന് പിന്നീട് തോന്നിയിട്ടുണ്ടോ

കുടുംബമാഹാത്മ്യം പ്രസ്താവിക്കാനും പ്രചരിപ്പിക്കാനുമുള്ള തരംതാണ പരിശ്രമങ്ങൾ എല്ലാക്കാലത്തുമുണ്ടല്ലോ. ഇക്കാലത്ത് അതിശ ക്തമാണത്. അത്തരം വഴിവിട്ടചിന്തയുടെ തലയ്ക്കിട്ടൊരു കൊട്ട് എന്നൊ രു ചിന്ത ആദ്യമേ ഉണ്ടായിരുന്നു. അതിനെ എഴുതിഫലിപ്പിക്കാനാണ് 'കളിവട്ടത്തി'ലൂടെ ആവുംവണ്ണം ശ്രമിച്ചത്. കൊലപാതകമെന്നത് ഒരു ലളിതമായ കളിയായി മാറുന്നതും കളിവട്ടത്തിലുണ്ട്. നോവലിൽ വിശദമാക്കുന്ന അത്തരമൊരു 'കളി' നിലനിന്നിരുന്നതായി കോട്ടയത്തെ ഗ്രാമത്തിലൊരിക്കൽ താമസിച്ചിരുന്നപ്പോൾ പറഞ്ഞുകേട്ടതാണ്. ചെറുതാണ്, പോരായ്മകളുണ്ടാകാം, എങ്കിലും ആദ്യനോവൽ എന്ന നിലയിൽ എനിക്കീ കഥ പ്രിയപ്പെട്ടതാകുന്നു. കളിവട്ടത്തിന്റെ പുതിയ പതിപ്പ് പുറത്തുവന്നപ്പോൾ ഇപ്പറഞ്ഞപോരായ്മയെ ചെറിയ രീതിയിൽ പരിഹരിക്കാനൊരു ശ്രമം നടത്തിയിരുന്നു. പുതുതായി രണ്ട് അധ്യായങ്ങൾകൂടി അതിൽ ചേർത്തിട്ടുണ്ട്. സമഗ്രമായി എന്ന അഭിപ്രായം അപ്പോഴുമില്ല.

എഴുത്തിൽ ദീർഘമായ ഇടവേളകളുണ്ടല്ലോ

ദീർഘമായ ഇടവേളകൾ മടികൊണ്ട് സംഭവിച്ചുപോകുന്നതാണ്. വേറെ ന്യായങ്ങളൊന്നുമില്ല. ഇടവേളകൾകൊണ്ട് പ്രത്യേകിച്ച് നേട്ടങ്ങളൊന്നും ഉണ്ടെന്ന് സ്ഥാപിക്കാൻതക്ക ഉദാഹരണങ്ങളൊന്നുമില്ല. തുടർച്ചയായി എഴുതുന്നവരോട്, ആദരവുണ്ടെതാനും. എന്നെ സംബ ന്ധിച്ച് ആദ്യഎഴുത്ത് കഴിഞ്ഞാലുംവേണം അതിന്റെ മിനുക്കുപണിക്ക് ഏറെ ദിവസം. എഴുതിക്കഴിഞ്ഞശേഷം ഏറെനാളിങ്ങനെ ചുടൊക്കെ

പോയിരിക്കും. പിന്നെയും ചൂടുകൊടുത്ത്, ജീവൻ വയ്പ്പിച്ചെടുക്കണം. അലസതയുടെ നാൾവഴിയാണ് എന്നെ സംബന്ധിച്ച് ദീർഘമായ ഈ ഇടവേളകൾ. അത്രമാത്രം.

പുത്തനെഴുത്തിന്റെ രാഷ്ട്രീയമെന്ന തരത്തിൽ നടക്കുന്ന ചർച്ചകളെ ക്കുറിച്ച് എന്താണഭിപ്രായം

എല്ലാ എഴുത്തും എല്ലാക്കാലത്തെ എഴുത്തും രാഷ്ട്രീയം തന്നെ. നമ്മളുപയോഗിക്കുന്ന വാക്കിൽ നമ്മുടെ രാഷ്ട്രീയമുണ്ട്. എഴുത്തിനെ സശ്രദ്ധം വീക്ഷിച്ചാൽ അത് മനസ്സിലാകും. പഴയ കൃതികൾ വർത്തമാ നകാലത്തിൽ തല ഉയർത്തിപ്പിടിച്ച് സംവാദങ്ങളിലേക്ക് കടന്നുവരാറു ള്ളത് അതിലെ രാഷ്ട്രീയംകൊണ്ടുകൂടിയാണ്. ആ കൃതിയിൽ അത്ത രമൊരു സാധ്യത അന്നേ ഉണ്ടായിരിക്കാം, ഇല്ലെങ്കിൽ പുതിയ കാലത്ത് ഉരുത്തിരിഞ്ഞുവന്നതാകാം. എന്തായാലും കൃതി അവിടെത്തന്നെ ഉണ്ടാ യിരുന്നു. പുത്തനെഴുത്തിൽ രാഷ്ട്രീയത്തെ കണ്ടെത്താനുള്ള ബോധപൂർവമായ പരിശ്രമങ്ങൾ കൂടുതലുണ്ടെന്ന് വിചാരിച്ചാൽ മതി.

സാഹിത്യപത്രപ്രവർത്തകന്റെ വേഷം താങ്കളുടെ സർഗാത്മകതയെ എങ്ങിനെ സ്വാധീനിക്കുന്നു

സാഹിത്യ പത്രപ്രവർത്തനവും സാഹിത്യമെഴുത്തും തമ്മിൽ വലിയ ബന്ധമൊന്നുമില്ല. രണ്ടിലും അക്ഷരവും പേപ്പറും പേനയുമെല്ലാം പൊതു ഘടകങ്ങളായി കടന്നുവരുന്നു എന്നേയുള്ളൂ. എങ്കിലും ജോലി എന്ന നിലയിൽ സന്തോഷം തരുന്ന ഒന്നാണത്. സർഗാത്മകതയെ സ്വാധീനി ക്കുന്നത് എന്നെ സംബന്ധിച്ച് മറ്റൊരു രീതിയിലാണ്. ഞാൻ ജോലിചെയ്യുന്ന പ്രസിദ്ധീകരണത്തിന്റെ ഭാഗമായി പല എഴുത്തുകാരെ ക്കൊണ്ടും, സമയബന്ധിതമായി ചിലത് എഴുതിക്കാൻ നിർബന്ധിക്കാ റുണ്ട്. സമയകൃത്യത പാലിക്കുന്നവരെ ഉള്ളാലെ ബഹുമാനിക്കാറുണ്ട്. അത് എന്റെ ജോലിയെ കുറച്ചുകൂടി ലാഘവത്വത്തിലേക്ക് കൊണ്ടുവ രും. ചില സമയത്ത്, മടിയനായാ, നീയിതൊന്നും കാണുന്നില്ലേ, ഇതു പോലെ നിനക്കും എഴുത്തിൽ കൃത്യത പാലിച്ചാലെന്താ എന്നൊക്കെ യുള്ള അത്മവിമർശനത്തിന് ഉതകും.

സ്വന്തം എഴുത്തിന്റെ ഭൂതകാല ഓർമകൾ

എന്റെ അച്ഛന് അന്നത്തെക്കാലത്ത് സാമാന്യം നല്ല ഒരു പുസ്തക ശേഖരം ഉണ്ടായിരുന്നു. യു.പി. സ്കൂൾ അധ്യാപകന്റെ ശമ്പളത്തിൽ നിന്നുള്ള തുകമിച്ചംപിടിച്ച് വാങ്ങിയവ. കുട്ടിക്കാലത്തേ വായനയുടെ വാതായനംതുറന്നു കിട്ടിയത് വീട്ടിൽനിന്നുതന്നെ. ഡിഗ്രിക്ക് തിരുവ

നന്തപുരം യൂണിവേഴ്സിറ്റി കോളെജിൽ പഠിക്കുമ്പോഴാണ് 'കഥ' മാസി കയിൽ ആദ്യ കഥ പ്രസിദ്ധീകരിച്ചുവരുന്നത്- കറുത്ത കസേരകൾ എന്നായിരുന്നു അതിന്റെ പേർ. എഴുത്തുകാരനാകാനുള്ള പശ്ചാത്തല മൊരുക്കിയ യൂണിവേഴ്സിറ്റി കോളെജിലെ സുഹൃത്തുക്കളെ മറക്കാ നാവില്ല.

വളരെ കുറച്ച് എഴുതിയിട്ടുള്ള ആളാണ് ഞാൻ. എങ്കിലും ചില വായ നക്കാർ എന്നെ ഓർക്കുന്നുണ്ട്. അതിൽ ഏറെ സന്തോഷവുമുണ്ട്.

Printed by Libri Plureos GmbH in Hamburg, Germany